Laban sa mga Ito ay Walang Kautusan

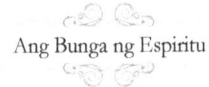

Ang Bunga ng Espiritu

Laban sa mga Ito ay Walang Kautusan

Dr. Jaerock Lee

Laban sa mga Ito ay Walang Kautusan ni Dr. Jaerock Lee
Inilathala ng Urim Books (Kinatawan: Sungnam Vin)
73, Yeouidaebang-ro 22-gil, Dongjak-gu, Seoul, Korea
www.urimbooks.com

Ang lahat ng Karapatan ay nakalaan. Ang aklat na ito o mga bahagi niyaon ay hindi maaaring ipalimbag sa anumang anyo, itago sa ibang mga nakukuhang sistema, o maisalin sa anumang anyo o sa anumang pamamaraan, elektroniks, mekanikal, pagkopya, pagrerecored, o sa makatuwid ng walang paunang sulat pahintulot ng taga-paglathala.

Ang lahat ng talata sa Biblia ay nagmula sa Ang Bagong ang Biblia, © Copyright 2001 Philippine Bible Society, maliban na lang kung mayroong ibang nakasulat.

Karapatang sipi © 2020 ni Dr. Jaerock Lee
ISBN: 979-11-263-0539-1 03230
Naisaling Siping May karapatan © 2015 ni Dr. Esther K. Chung, Ginamit nang may pahintulot.

Naunang Nailathala sa Koreano ng Mga Aklat ng Urim noong 2009

Unang Limbag Pebrero 2020

Tidligere udgivet på koreansk i 2009 af Urim Books i Seoul, Korea

Sinuri ni Dr. Geumsun Vin
Dinesenyo ng Kagawarang Editoryal ng Mga aklat ng Urim
Nailimbag ng Palimbagang Kumpanya ng Prione
Para sa karagdagang impormasyon: urimbook@hotmail.com

"Subalit ang bunga ng Espiritu ay pag-ibig, kagalakan, kapayapaan, pagtitiyaga, kagandahang-loob, kabutihan, katapatan, kaamuan, at pagpipigil sa sarili. Laban sa mga ito ay walang kautusan."

Galacia 5:22-23

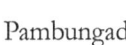

Pambungad

Nagiging tunay na malaya ang mga Cristiano habang isinasabuhay ang mga bunga ng Banal na Espiritu, laban sa mga ito ay walang kautusan.

Dapat sundin ng bawat isa ang mga tuntunin at kautusan saan man at anuman ang katayuan nila sa buhay. Kung iniisip nilang parang nakatali sa mga ito, mabibigatan at mahihirapan silang sumunod. At kung pipiliin nila ang kasamaan at kaguluhan dahil nahihirapan sila, hindi sila magiging malaya. Pagkatapos nilang magsaya sa mga ganitong bagay, makakadama sila ng kawalan. Mapupunta sila sa walang hanggang kamatayan.

Ang totoong kalayaan ay kalayaan mula sa walang hanggang kamatayan, at mula sa pagluha, kalungkutan, at pasakit. Ito rin ay pangingibabaw sa orihinal na likas na nagbibigay sa atin ng mga bagay tulad ng mga ito at magkaroon ng kapangyarihan para talunin ito. Ayaw ng Diyos ng pag-ibig na magdusa tayo sa kahit na anong paraan. Dahil dito, isinulat Niya sa Biblia ang mga paraan para tamasahin ang lubos na kagalakan ng buhay na walang hanggan at tunay na kalayaan.

Natatakot ang mga kriminal na lumalabag sa kautusan ng bansa kapag makakakita sila ng mga pulis. Pero hindi ganito ang magiging pakiramdam ng mga sumusunod sa batas. Hindi sila mahihiyang magtanong o humingi ng tulong sa mga pulis. Ligtas ang pakiramdam nila kapag may pulis.

Ganito din ang mga nabubuhay sa katotohanan. Hindi sila natatakot sa kahit na anong bagay. Tinatamasa nila ang tunay na kalayaan dahil batid nila na ang kautusan ng Diyos ay daluyan para sa mga biyaya. Pwede silang magsaya tulad ng mga isdang naglalanguyan sa dagat at mga agilang lumilipad sa kalangitan.

Ang kautusan ng Diyos ay pwedeng hatiin sa apat na kategorya, sinasabi sa atin nito na gawin, huwag gawin, sundin, at iwaksi ang isang partikular na bagay. Habang lumilipas ang panahon, nababahiran ang mundo ng kasalanan at kasamaan. Dahil dito, nahihirapan ang mga tao na sumunod sa kautusan ng Diyos, sinusuway nila ito. Dumanas ng matinding pagdurusa ang mga mamamayan ng Israel noong panahon ng Lumang Tipan nang suwayin nila ang Kautusan ni Moises.

Dahil dito, ipinadala ng Diyos si Jesus dito sa mundo para palayain ang lahat ng tao sa sumpa ng Kautusan. Namatay sa krus ang walang pagkakasalang si Jesus, at sinumang magtitiwala sa Kanya ay maliligtas sa pamamagitan ng pananampalataya sa Kanya. Kapag tinanggap ng mga tao ang kaloob ng Banal na Espiritu sa pagtanggap nila kay Jesu-

Cristo, magiging mga anak sila ng Diyos. Magkakaroon sila ng bunga ng Banal na Espiritu dahil sa paggabay nito sa kanila.

Kapag pumasok sa puso natin ang Banal na Espiritu, tutulungan Niya tayong maunawaan ang kalaliman ng Diyos, at tutulungan tayo na mabuhay ayon sa Salita Niya. Halimbawa, nahihirapan tayong patawarin ang isang tao, ipapaalala Niya sa atin ang pagpapatawad at pag-ibig ng Panginoon para matulungan tayong magpatawad. Kaya mas mabilis nating maiiwaksi ang kasamaan sa puso natin at mapapalitan natin ito ng kabutihan at pagmamahal. Kung magkakaroon tayo ng bunga ng Banal na Espiritu ayon sa paggabay Niya, hindi lang kalayaan ayon sa katotohanan ang tatamasahin natin, tatanggapin pa natin ang umaapaw na biyaya at pag-ibig ng Diyos.

Sa pamamagitan ng bunga ng Espiritu, pwede nating suriin kung gaano na tayo kabanal, kung gaano na tayo kalapit sa trono ng Diyos, at kung gaano na natin nahubog ang kalooban natin para tularan ang kalooban ng Panginoon na Siyang lalaking pakakasalanan natin. Kung magkakaroon tayo ng mas maraming bunga ng Banal na Espiritu, makakamit natin ang mas maningning at mas marangyang tirahan sa Langit. Para makapasok sa Bagong Jerusalem sa Langit, dapat nating isabuhay ang lahat ng bunga ng ganap at may buong kagandahan, hindi lang iilan sa mga ito.

Ang librong *Laban sa mga Ito ay Walang Kautusan,* ay tutulong sa inyo para maunawaan ang espirituwal na kahulugan ng siyam na bunga ng Banal na Espiritu, may kasamang mga halimbawa. Kasabay ng Espirituwal na Pag-ibig sa 1 Mga Taga-Corinto 13, at ng Ang Mapapalad sa Mateo 5, ang Bunga ng Banal na Espiritu ay magsisilbing gabay patungo sa tamang pananampalataya. Papatnubayan tayo ng mga ito hanggang makarating tayo sa huling hantungan ng ating pananampalataya, ang Bagong Jerusalem.

Nagpapasalamat ako kay Geumsun Vin, Direktor ng Kawanihan ng Editoryal at sa mga tauhan niya, at idinadalangin ko sa Panginoon na makatulong nawa sa inyo ang librong para sa mabilis ninyong pagtupad ng siyam na bunga ng Banal na Espiritu. Tamasahin nawa ninyo ang tunay na kalayaan, at maging mga mamamayan ng Bagong Jerusalem.

Jaerock Lee

Paunang Salita

Isang gabay para sa ating pananampalataya habang naglalakbay tayo patungo sa Bagong Jerusalem ng Langit

Abala ang lahat ng tao sa mundong ito. Nagpapawis sila sa kakatrabaho para sumaya at makabili ng maraming bagay. Pero may ilan na nagtakda ng layunin sa buhay, hindi sila sumusunod sa kalakaran ng mundo. Gayon pa man, kung minsan, iniisip din nila kung tama ang ginagawa nila. Sa puntong ito, babalikan nila ang nakaraan para suriin ang buhay nila. Sa paglalakbay natin sa pananampalataya, pwede nating pabilisin ang paglago at piliin ang maiksing daan patungo sa kaharian ng langit kung susuriin natin ang sarili ayon sa Salita ng Diyos.

Kabanata 1: 'Magkaroon ng Bunga ng Espiritu', tungkol ito sa Banal na Espiritu na bumubuhay sa namatay na espiritu dahil sa pagkakasala ni Adan. Ituturo nito na maaari tayong magkaroon ng masaganang bunga kapag sinunod natin ang hangarin Niya.

Kabanata 2: 'Pag-ibig', tatalakayin ang unang bunga ng Banal na Espiritu. Sasabihin din ang marurumi at masasamang klase ng pag-ibig magmula noong magkasala si Adan. Bibigyan tayo ng mga paraan kung paano magkakaroon ng pag-ibig na nakakalugod sa Diyos.

Kabanata 3: 'Kagalakan', ipapaliwanag kung bakit kagalakan ang pinakabatayan sa pagsusuri kung tama ang pananampalataya natin. Sasabihin din kung bakit nawala ang galak natin sa unang pag-ibig. Ituturo sa atin ang tatlong paraan kung paano magbubunga ng kagalakan, sa kabila ng mga pangyayari at situwasyon.

Kabanata 4: 'Kapayapaan', sinasabing mahalagang buwagin ang pader ng kasalanan para magkaroon ng kapayapaan sa Diyos, sa sarili, at sa lahat ng tao. Mauunawaan natin kung bakit mahalagang magsalita ng may kabutihan at isaalang-alang ang opinyon at situwasyon ng ibang tao para sa pagkakasundo.

Kabanata 5: 'Pagtitiyaga', ipapaliwanag na ang tunay na pagtitiyaga ay hindi lang pagtitimpi ng sama ng loob at galit. Ito ay pagtitiyagang may mabuting kalooban at walang halong kasamaan. Pagpapalain tayo kung totoong mapagpayapa tayo. Tatalakayin din ang tatlong klase ng pagtitiyaga: pagtitiyaga hanggang sa magbago ang kalooban, pagtitiyaga sa mga tao, at pagtitiyaga para sa Diyos.

Kabanata 6: 'Kagandahang-loob', tatalakayin ang mga katangian ng taong may magandang-loob batay sa halimbawang ipinakita ng Panginoon. Ituturo ang pagkakaiba nito sa 'pag-ibig.' Malalaman natin ang mga paraan kung paano tayo tatanggap ng pag-ibig at mga biyaya mula sa Diyos.

Kabanata 7: 'Kabutihan', ipapaliwanag kung ano ang tunay na kahulugan ng kabutihan ayon sa halimbawang ipinakita ng Panginoon. Hindi Siya nakipag-away ni nanigaw. Malalaman natin ang pagkakaiba nito sa ibang bunga para maging mabuti tayo at ipamahagi ang mabangong samyo ni Cristo.

Kabanata 8: 'Katapatan', malalaman natin kung anong mga pagpapala ang tatanggapin natin kapag tapat tayo sa buong sambahayan ng Diyos. Maiintindihan natin kung anong klaseng tao ang nagbubunga ng katapatan ayon sa halimbawa nina Moises at Jose.

Kabanata 9: 'Kaamuan', ipapaliwanag ang mga katangian at kahulugan ng kaamuan sa mata ng Diyos. Ilalarawan ang mga paraan kung paano magiging maamo at kung anu-ano ang mga biyayang naghihintay sa kanya.

Kabanata 10: 'Pagpipigil sa Sarili', ipapakita ang mga dahilan kung bakit ang pagpipigil sa sarili ang pinakahuling binanggit sa siyam na bunga ng Banal na Espiritu. Tatalakayin din ang kahalagahan nito. Napakahalaga ng pagpipigil sa sarili, nangingibabaw ito sa walong naunang bunga ng Banal na Espiritu.

Kabanata 11: 'Laban sa mga Ito ay Walang Kautusan', ang pagwawakas ng libro, tutulungan tayong makita kung gaano kahalaga ang pagsunod sa Banal na Espiritu. Umaasa na mas mabilis na magiging banal ang lahat ng mga magbabasa ng librong ito dahil sa tulong Niya.

Hindi natin pwedeng sabihin na malaki ang pananampalataya natin dahil matagal na tayong nananampalataya o dahil marami tayong nalalaman tungkol sa Biblia. Ang sukat ng pananampalataya natin ay nakikita sa pagbabago natin ayon sa katotohanan at kung gaano na ang pagtulad natin sa Panginoon.

Umaasa ako na makakatulong ang librong ito sa mga magbabasa na masuri nila ang kanilang pananampalataya at magkaroon sila ng siyam na bunga ng Banal na Espiritu sa ilalim ng patnubay Niya.

Geumsun Vin
Direktor ng Kawanihan ng Editoryal

NILALAMAN
Laban sa mga Ito ay Walang Kautusan

Pambungad · vii

Paunang Salita · xi

Kabanata 1
Magkaroon ng Bunga ng Espiritu — 1

Kabanata 2
Pag-ibig — 13

Kabanata 3
Kagalakan — 29

Kabanata 4
Kapayapaan — 49

Kabanata 5
Pagtitiyaga — 71

Kabanata 6
Kagandahang-loob — 93

Kabanata 7
Kabutihan — 111

Kabanata 8
Katapatan — 129

Kabanata 9
Kaamuan — 149

Kabanata 10
Pagpipigil sa Sarili — 173

Kabanata 11
Laban sa mga Ito ay Walang Kautusan — 189

Laban sa mga Ito ay Walang Kautusan

Galacia 5:16-21

"*Subalit sinasabi ko, lumakad kayo ayon sa Espiritu, at huwag ninyong bigyang-kasiyahan ang mga pagnanasa ng laman. Sapagkat ang laman ay nagnanasa laban sa Espiritu, at ang Espiritu ay laban sa laman; sapagkat ang mga ito ay laban sa isa't isa, upang hindi ninyo magawa ang mga bagay na nais ninyong gawin. Subalit kung kayo'y pinapatnubayan ng Espiritu, kayo ay wala sa ilalim ng kautusan. Ngayon ay hayag ang mga gawa ng laman, ang mga ito ay pakikiapid, karumihan, kahalayan, pagsamba sa diyus-diyosan, pangkukulam, alitan, pagtatalo, paninibugho, pagkagalit, pagkamaka-sarili, pagkabaha-bahagi, mga pagkakampi-kampi, pagkainggit, paglalasing, kalayawan, at ang mga katulad nito. Binabalaan ko kayo, gaya ng aking pagbabala noong una sa inyo, na ang mga gumagawa ng gayong mga bagay ay hindi magmamana ng kaharian ng Diyos.*"

Kabanata 1

Magkaroon ng Bunga ng Espiritu

Binubuhay ng Banal na Espiritu ang Patay na Espiritu
Magkaroon ng Bunga ng Espiritu
Pagnanasa ng Espiritu at Pagnanasa ng Laman
Huwag Tayong Magsasawa sa Paggawa ng Kabutihan

Magkaroon ng Bunga ng Espiritu

Malaking kaginhawaan para sa isang drayber ang magmaneho sa isang kalye na walang masikip na trapiko. Pero kung dadaan sila doon sa unang pagkakataon, dapat pa rin silang mag-ingat at maging alerto. Pero paano kung may GPS sila sa sasakyan? Mayroon silang kumpletong impormasyon sa lugar at tamang gabay. Makakarating sila sa pupuntahan nila nang hindi naliligaw.

Parang ganito ang paglalakbay natin sa pananampalataya patungo sa kaharian ng langit. Pinoprotektahan at ginagabayan ng Banal na Espiritu ang mga nagtitiwala sa Diyos at nabubuhay ayon sa Salita Niya para maiwasan nila ang mga balakid at kahirapan ng buhay. Ginagabayan tayo ng Banal na Espiritu sa pinakamabilis at pinakamadaling daan patungo sa ating destinasyon, ang kaharian ng langit.

Binubuhay ng Banal na Espiritu ang Patay na Espiritu

Ang unang nilalang na si Adan ay isang buhay na espiritu ng likhain siya ng Diyos at ihinga ang hininga ng buhay sa mga butas ng kanyang ilong. Ang 'hininga ng buhay' ay 'ang kapangyarihan na nasa orihinal na liwanag' na naipamana sa mga inapo ni Adan noong naninirahan pa sila sa Halamanan ng Eden.

Gayon pa man, nang magkasala ng pagsuway si Adan at Eva at palayasin mula sa halamanan patungo dito sa lupa, nag-iba ang mga bagay, hindi na ito katulad ng dati. Binawi ng Diyos halos lahat ng hininga ng buhay mula kina Adan at Eva, kaunti lang ang natira, at tinatawag itong, 'binhi ng buhay.' Ang binhing ito ay hindi pwedeng ipasa nina Adan at Eva sa kanilang mga anak.

Kaya sa ika-anim na buwan ng pagbubuntis, inilalagay ng Diyos ang binhi ng buhay sa espiritu ng sanggol at itinatanim ito sa 'nucleus' o pinakagitnang bahagi ng selula na nasa puso, ang pinakabuod o kaibuturan ng isang tao. Sa mga hindi pa tumatanggap kay Jesu-Cristo, hindi aktibo ang binhi ng buhay, parang binhi na binabalutan ng matigas na balat. Tinatawag nating patay ang espiritu kapag ito ay hindi aktibo. Habang nananatiling patay ang espiritu, hindi magkakaroon ng buhay na walang hanggan o makakarating sa kaharian ng langit ang isang tao.

Magmula noong magkasala si Adan, itinakdang mamatay ang sangkatauhan. Para magkaroon silang muli ng buhay na walang hanggan, dapat mapatawad sila sa mga kasalanan, ang orihinal na dahilan ng kamatayan, at dapat buhaying muli ang mga espiritu nila. Dahil dito, ipinadala ng Diyos ng pag-ibig ang bugtong na Anak Niyang si Jesus dito sa lupa bilang manunubos, at binuksan ang daan patungo sa kaligtasan. Ibig sabihin, kinuha ni Jesus ang lahat ng kasalanan ng buong sangkatauhan at namatay Siya sa krus para buhayin ang espiritu nating patay. Siya ang naging daan, katotohanan, at buhay para magkaroon ng buhay na walang hanggan ang sangkatauhan.

Kaya kapag tinanggap natin si Jesu-Cristo bilang sariling Tagapagligtas, mapapatawad ang mga kasalanan natin; magiging mga anak tayo ng Diyos at tatanggapin natin ang kaloob na Banal na Espiritu. Sa pamamagitan ng kapangyarihan ng Banal na Espiritu magiging aktibo ang binhi ng buhay na nabalutan ng makapal na balat. Ito ang muling pagbuhay sa patay na espiritu. May sinasabi ang Juan 3:6 tungkol dito, *"...ang ipinanganak ng Espiritu ay espiritu."* Para lumaki, ang bagong binhing umusbong ay nangangailangan ng tubig at sikat ng araw, tulad nito, dapat diligan ng espirituwal na tubig at sikat ng araw ang binhi ng buhay para lumago. Ibig sabihin, dapat nating pag-aralan ang Salita ng Diyos, na siyang tubig na espirituwal at dapat nating isabuhay ito, na siyang espirituwal na sikat ng araw.

Tinuturuan tayo ng Banal na Espiritu na nasa puso natin ng tungkol sa kasalanan, kabanalan, at paghatol. Tinutulungan Niya tayong iwaksi ang kasalanan at kasamaan, at magsulong ng banal na buhay. Bibigyan Niya tayo ng kapangyarihan para makapag-isip, makapagsalita, at makakilos ayon sa katotohanan. Tutulungan din Niya tayo na mabuhay nang may pananampalataya, umaasa at inaasahan ang kaharian ng langit para mas lumago ang ating espiritu. Bibigyan ko kayo ng halimbawa para mas maintindihan ninyo.

May isang batang pinalaki sa masayang pamilya. Isang araw, umakyat siya sa bundok, habang tumitingin sa kapaligiran, sumigaw siya, "Yahoo!" May sumagot sa kanya, parehong-pareho ng sinabi niya, "Yahoo!" Kahit nabigla ang bata, tinanong niya, "Sino ka?" Inulit ng boses ang sinabi niya. Nainis ang bata sa boses na gumagaya sa kanya. Tinanong niya, "Naghahanap ka ba ng away?" Inulit na naman ng boses ang sinabi niya. Natakot ang bata, pakiramdam niya may nakatingin sa kanya.

Agad siyang bumaba sa bundok, sinabi niya sa nanay niya ang nangyari, "Nanay, may salbaheng tao sa bundok." Pero ngumiti ang mabait na nanay, sinabi nito, "Sa palagay ko, mabait na bata ang taong nasa bundok. Pwede kayong maging magkaibigan. Ba't hindi ka bumalik bukas sa bundok para humingi ng pasensya." Kinabukasan, bumalik ang bata sa bundok, at sinabi niya, "Pasensya ka na sa nangyari kahapon, pwede ba tayong maging magkaibigan?" Inulit ng boses ang sinabi niya.

Hinayaan ng nanay na makita ng bata na siya rin mismo ang

nagsasalitang boses. Parang mabait na ina ang Banal na Espiritu. Tinutulungan Niya tayo sa paglalakbay natin sa ating pananampalataya.

Magkaroon ng Bunga ng Espiritu

Kapag nagtanim ng isang binhi, uusbong, lalaki, at mamumulaklak ito. At kapag namulaklak, siyempre kasunod na ang pagbubunga. Tulad nito, kapag umusbong ang binhi ng buhay na itinanim ng Diyos sa atin sa tulong ng Banal na Espiritu, mamumulaklak at magkakaroon ito ng bunga ng Banal na Espiritu. Gayon pa man, hindi mamumunga ang lahat ng tumanggap ng Banal na Espiritu. Mamumunga lang tayo kung susundin natin ang itinuturo Niya.

Pwedeng itulad ang Banal na Espiritu sa isang 'power generator', isang makinang lumilikha ng kuryente. Kapag pinatakbo ang makinang ito, magkakaroon ng kuryente. Iilaw ang mga bumbilya na nakakabit dito. Nawawala ang dilim kapag may liwanag. Ganito rin ang kapangyarihan ng Banal na Espiritu. Tinatanggal ang kadiliman sa puso natin at pinapalitan ng kaliwanagan para magkaroon Siya ng bunga sa buhay natin. Ibinigay sa atin ng Diyos ang Banal na Espiritu para magliwanag tayo, gamitin natin ang kapangyarihan nito.

Para tumakbo ang 'generator' ng Banal na Espiritu, manatili tayong gising at manalangin ng maalab. Sundin natin ang patnubay at pakiusap Niya para makasunod tayo sa katotohanan. Pwede nating sabihing sinusunod natin ang mga hangarin ng Banal na

Espiritu kapag ginawa natin ito. Mapupuspos tayo ng Banal na Espiritu kapag sinunod natin ang mga hangarin Niya, dahil dito, mapupuno ng katotohanan ang puso natin. Magkakaroon tayo ng bunga ng Espiritu.

Kapag naiwaksi natin ang lahat ng makasalanang likas mula sa puso natin, at magpapakaespirituwal sa tulong ng Banal na Espiritu, magsisimulang magpakita ang mga bunga ng Espiritu. Pero hindi ito sabay-sabay sa paghinog. May mga mahihinog ng mas mabilis kaysa sa iba. Pwedeng magbunga ng masaganang pag-ibig ang isang tao pero kakaunti ang ibubunga niyang pagpipigil sa sarili. O kaya hinog na ang bunga ng katapatan habang bubot pa ang bunga ng kaamuan.

Gayon pa man, habang tumatagal, mahihinog ang lahat ng bunga. Tulad nito, kung magkakaroon tayo ng lahat ng bunga ng Espiritu, nangangahulugan itong napabanal na tayo. Ito ang nais ng Diyos. Ilalabas ng mga taong ito ang mabangong samyo ni Jesu-Cristo sa lahat ng aspeto ng buhay nila. Maririnig nila ng malinaw ang tinig ng Banal na Espiritu at ipapahayag nila ang kapangyarihan Niya para maluwalhati ang Diyos. Dahil ganap ang pagtulad nila sa Diyos, pagkakalooban sila ng mga katangian para makapasok sa Bagong Jerusalem kung saan naroon ang trono ng Diyos.

Pagnanasa ng Espiritu at Pagnanasa ng Laman

Kapag sinisikap nating sundin ang pagnanasa ng Banal na Espiritu may isa pang hangarin na babagabag sa atin. Ito ay ang pagnanasa ng laman. Sumusunod ito sa mga bagay na masasama, mga kabaliktaran ng sinasabi ng Salita ng Diyos. Gusto nitong sundin natin ang pagnanasa ng laman, pagnanasa ng mga mata at pagmamataas sa buhay. Dinadala tayo nito sa kasalanan, kasamaan, at hindi pagsunod.

Kamakailan lang, may lumapit sa akin na isang lalaki, hiniling niya na ipanalangin kong maitigil niya ang panonood ng malalaswang palabas. Sinabi niya na noong unang beses na pinanood niya ang mga palabas na ito ay para malaman kung ano ang epekto nito sa mga nanonood. Pero pagkatapos niyang panoorin ito ng isang beses, palagi niyang naaalala ang mga tagpo sa palabas, gusto niya ulit makita ang mga ito. Nakikiusap ang Banal na Espiritu sa puso niya na huwag niyang gawin ang ginagawa niya, kaya nabagabag siya.

Nabagabag ang puso niya dahil sa pagnanasa ng mga mata, ibig sabihin, mga bagay na nakita at narinig niya. Kung hindi natin pipigilan ang pagnanasa ng laman, magkakasala tayo ng isa, dalawa, tatlo, o maka-ilang beses pa.

May paalaala ang Galacia 5:16-18 tungkol dito, *"Subalit sinasabi ko, lumakad kayo ayon sa Espiritu, at huwag ninyong bigyang-kasiyahan ang mga pagnanasa ng laman. Sapagkat ang laman ay nagnanasa laban sa Espiritu, at ang Espiritu ay laban sa laman; sapagkat ang mga ito ay laban sa isa't isa upang hindi ninyo magawa ang mga bagay na nais ninyong gawin. Subalit kung kayo'y pinapatnubayan ng Espiritu, kayo ay wala sailalim ng Kautusan."*

Sa isang banda, kung susundin natin ang pagnanasa ng Banal na Espiritu, magiging mapayapa ang puso natin, magiging masaya tayo dahil nagagalak ang Banal na Espiritu. Sa kabilang banda, kung susundin natin ang pagnanasa ng laman, mababagabag ang puso natin dahil mananaghoy ang Banal na Espiritu. Mawawala ang pagiging puspos natin, magiging mas mahirap para sa atin na sumunod sa pagnanasa ng Banal na Espiritu.

May sinabi si apostol Pablo tungkol dito sa Mga Taga-Roma 7:22-24, *"Sapagkat ako'y nagagalak sa kautusan ng Diyos sa kaibuturan ng aking pagkatao. Subalit nakikita ko ang kakaibang kautusan sa aking mga bahagi na nakikipagbaka laban sa kautusan ng aking pag-iisip, at ako'y binibihag sa ilalim ng kautusan ng kasalanan na nasa bahagi ng aking katawan. Kahabag-habag na tao ako! Sino ang magliligtas sa akin mula sa katawang ito ng kamatayan?"* Ayon sa pagsunod natin sa pagnanasa ng Banal na Espiritu o ng laman, magiging mga anak tayo ng Diyos na ligtas o mga anak ng kadiliman na patungo sa kamatayan.

Sinasabi ng Galacia 6:8, *"Sapagkat ang naghahasik para sa kanyang sariling laman ay mula sa laman mag-aani ng kasiraan; subalit ang naghahasik sa Espiritu, mula sa Espiritu ay mag-aani ng buhay na walang hanggan."* Kung susundin natin ang mga pagnanasa ng laman, gagawin natin ang mga bagay na nais nito. Magkakasala tayo, at sa bandang huli, hindi tayo makakapasok sa kaharian ng langit (Galacia 5:19-21). Pero kung susundin natin ang pagnanasa ng Banal na Espiritu, magkakaroon tayo ng siyam na bunga ng Banal na Espiritu (Galacia 5:22-23).

Huwag Tayong Mapagod sa Paggawa ng Kabutihan

Kung may pananampalataya tayo at sumusunod sa Banal na

Espiritu, magbubunga ang Espiritu sa atin at magiging mga tunay na anak tayo ng Diyos. Gayon pa man, may kasinungalingan at katotohanan sa puso ng isang tao. Ginagabayan tayo ng katotohanan para sundin ang pagnanasa ng Banal na Espiritu at isabuhay ang Salita ng Diyos. Pinapasunod tayo ng kasinungalingan sa mga pagnanasa ng laman, dinadala tayo nito sa kadiliman.

Halimbawa, isa sa Sampung Utos na dapat sundin ng mga anak ng Diyos ay pagpapanatiling banal ng Araw ng Panginoon. Pero magdadalawang isip sa pagsunod nito ang isang Cristianong nagnenegosyo. Kung maliit ang pananampalataya niya, iisipin niyang mababawasan ang kikitain niya kapag hindi siya nagbukas ng negosyo sa araw ng Linggo. Dahil sa pagnanasa ng laman, iisipin niya, "Kung magbukas kaya ako tuwing makalawang linggo, o kaya maghalinhinan kami ng asawa ko sa pagsisimba? Sa kabilang banda, tutulungan siya ng pagnanasa ng Banal na Espiritu para sundin ang Salita ng Diyos, iisipin niya, "Kung pananatilihin kong banal ang Araw ng Panginoon, bibigyan ako ng Diyos ng mas malaki kaysa kung nagbukas ako ng negosyo sa araw ng Linggo."

Tumutulong ang Banal na Espiritu sa ating kahinaan at ipinapanalangin Niya tayo nang may daing na hindi maipahayag (Mga Taga-Roma 8:26). Kung isasabuhay natin ang katotohanan sa tulong ng Banal na Espiritu, magiging mapayapa ang puso natin, lalago ang pananampalataya natin bawat araw.

Ang Salita ng Diyos na nakasulat sa Biblia ay katotohanan na hindi nagbabago. Ito ay ang minsmong kabutihan. Nagbibigay ito ng buhay na walang hanggan sa mga anak ng Diyos, at ito ang liwanag na gumagabay sa kanila patungo sa walang katapusang kagalakan at kasiyahan. Dapat ipako sa krus ng mga anak ng Diyos na ginagabayan ng Banal na Espiritu ang laman kasabay ng mga hangarin at pagnanasa nito. Dapat nilang sundin ang pagnanasa ng Banal na Espiritu ayon sa Salita ng Diyos, huwag silang mapagod sa paggawa ng kabutihan.

Sinasabi ng Mateo 12:35, *"Ang mabuting tao ay naglalabas ng mabubuting bagay mula sa kanyang mabuting kayamanan, at ang masamang tao ay naglalabas ng masasamang bagay mula sa kanyang masamang kayamanan."* Dapat nating iwaksi ang kasamaan mula sa puso natin sa pamamagitan ng maalab na pananalangin at ipagpatuloy natin ang pag-iipon ng mabubuting gawa.

At sinasabi ng Galacia 5:13-15, *"Sapagkat kayo, mga kapatid, ay tinawag sa kalayaan; subalit huwag lamang ninyong gagamitin ang inyong kalayaan bilang isang kadahilanan para sa laman, kundi sa pamamagitan ng pag-ibig ay maging alipin kayo ng isa't isa. Sapagkat ang buong kautusan ay natutupad sa isang pangungusap, 'Ibigin mo ang iyong kapwa na gaya ng iyong sarili.' Ngunit kung kayo-kayo ang nagkakagatan at nagsasakmalan, mag-ingat kayo, baka kayo'y magkaubusan."* At mababasa sa Galacia 6:1-2, *"Mga kapatid, kung ang isang tao ay natagpuan sa anumang pagsuway, kayong mga espirituwal ay dapat panumbalikin siya sa espiritu ng kaamuan. Tingnan ang iyong sarili, baka ikaw ay matukso rin. Dalhin ninyo ang mga pasanin ng isa't isa, at sa gayon ay matutupad ninyo ang kautusan ni Cristo."*

Kung susundin natin ang mga Salita ng Diyos, magkakaroon tayo ng masaganang bunga ng Espiritu, magiging espirituwal at banal tayo. Tatanggapin natin ang lahat ng bagay na ipinapanalangin natin, at makakapasok tayo sa Bagong Jerusalem, ang walang hanggang kaharian ng langit.

Laban sa mga Ito ay Walang Kautusan

1 Juan 4:7-8

"Mga minamahal, mag-ibigan tayo sa isa't isa, sapagkat ang pag-ibig ay sa Diyos at ang bawat umiibig ay ipinanganak ng Diyos at nakakakilala sa Diyos. Ang hindi umiibig ay hindi nakakakilala sa Diyos; sapagkat ang Diyos ay pag-ibig."

Kabanata 2

Pag-ibig

Pinakamataas na antas ng Espirituwal na Pag-ibig
Nagbabago ang makalaman na pag-ibig sa paglipas ng panahon
Ibinibigay ng Espirituwal na pag-ibig ang sariling buhay
Tunay na pag-ibig para sa Diyos
Para magbunga ng pag-ibig

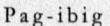

Pag-ibig

Higit na makapangyarihan ang pag-ibig kaysa sa inaakala ng tao. Dahil sa kapangyarihan ng pag-ibig, pwede nating iligtas ang mga taong tinalikuran na ng Diyos at patungo sa kamatayan. Bibigyan sila ng panibagong lakas at pag-asa ng pag-ibig. Kung babalutin natin ng kapangyarihan ng pag-ibig ang mga kasalanan ng ibang tao, magkakaroon ng kamangha-manghang mga pagbabago at maibibigay ang malalaking pagpapala. Ito'y sapagkat kumikilos ang Diyos sa gitna ng kabutihan, pag-ibig, katotohanan, at katarungan.

Nagsagawa ng pag-aaral ang isang sociology research team sa 200 estudyanteng nakatira sa kapus-palad na kapaligiran sa lunsod ng Baltimore. Ayon sa grupong ito, ang mga estudyanteng ito ay may maliit na tsansa at pag-asang umunlad. Pero pagkalipas ng 25 taon, inulit nila ang pagsasaliksik sa nasabing grupo ng mga estudyante, nakakamangha ang resulta. Sa bilang na 200, 176 sa kanila ay naging matagumpay na mga mamayan ng lipunan. May mga naging abogado, doktor, pastor, at negosyante. Tinanong sila ng mga nagsasaliksik kung paano nila napagtagumpayan ang hindi magandang kapaligiran na kinalakihan nila. Binanggit nilang lahat ang pangalan ng isang guro. Tinanong nila ang gurong ito kung paano nagawa ang kamangha-manghang pagbabago sa mga estudyane, sinabi niya, "Minahal ko sila, at nadama nila ang pagmamahal ko."

Ano ang pag-ibig bilang pinakaunang bunga ng siyam na bunga ng Banal na Espiritu?

Pinakamataas na antas ng Espirituwal na Pag-ibig

Karaniwan, pwedeng hatiin ang pag-ibig sa dalawang kategorya – makalaman na pag-ibig at espiriuwal na pag-ibig. Sariling pakinabang ang inuuna ng makalaman na pag-ibig. Wala itong kabuluhan, nagbabago sa paglipas ng panahon. Inuuna ng espirituwal na pag-ibig ang makakabuti sa ibang tao, hindi ito nagbabago kahit ano pa ang mangyari. Ipinapaliwanag ng 1 Mga Taga-Corinto 13 ang tungkol sa espirituwal na pag-ibig ng detalyado.

"Ang pag-ibig ay matiisin, at magandang-loob; ang pag-ibig ay hindi maiinggitin, o mapagmalaki o hambog; hindi magaspang ang kilos. Hindi nito ipinipilit ang sariling kagustuhan, hindi mayayamutin, hindi nagtatala ng pagkakamali. Hindi ito natutuwa sa masamang gawa, kundi natutuwa sa katotohanan. Pinapasan nito ang lahat ng bagay, inaasahan ang lahat ng bagay, tinitiis ang lahat ng bagay" (t. 4-7).

Ano ang pagkakaiba ng bunga ng pag-ibig na binabanggit sa Galacia 5 at ng espirituwal na pag-ibig sa 1 Mga Taga-Corinto 13? Ang pag-ibig bilang bunga ng Banal na Espiritu ay may kasamang pagsasakripisyo, ibinibigay nito ang sariling buhay. Mas mataas ang antas nito kaysa sa pag-ibig na binabanggit sa 1 Mga Taga-Corinto 13. Ito ang pinakamataas na antas ng espirituwal na pag-ibig.

Kung magbubunga tayo ng pag-ibig at magsasakripisyo ng

buhay natin para sa ibang tao, makakaya nating mahalin ang kahit na anong bagay at kahit na sinong tao. Inibig tayo ng Diyos una sa lahat ng bagay, at inibig tayo ng Panginoon ng buong buhay Niya. Kung mayroon tayong ganitong klaseng pag-ibig, makakaya nating isakripisyo ang buhay natin para sa Diyos, para sa kaharian Niya, at para sa katarungan Niya. Bukod dito, dahil minamahal natin ang Diyos, pwede nating ibigay ang buhay natin hindi lang sa ating mga kapatid kundi pati sa mga kaaway na napopoot sa atin. Ito ang pinakamataas na antas ng pag-ibig.

Sinasabi ng 1 Juan 4:20-21, *"Kung sinasabi ng sinuman, 'Iniibig ko ang Diyos,' at napopoot sa kanyang kapatid, siya ay sinungaling; sapagkat ang hindi umiibig sa kanyang kapatid na kanyang nakikita, ay hindi maaaring umibig sa Diyos na hindi niya nakikita. At ang utos na ito na mula sa Kanya ay nasa atin, na ang umiibig sa Diyos ay dapat ding umibig sa kanyang kapatid."* Kaya kung mahal natin ang Diyos, mamahalin natin ang bawat isa. Nagsisinungaling tayo kung sasabihin nating mahal natin ang Diyos pero galit tayo sa isang tao.

Nagbabago ang makalaman na pag-ibig sa paglipas ng panahon

Minahal ng espirituwal na pag-ibig ng Diyos ang unang nilalang na si Adan nang likhain Niya ito. Gumawa Siya ng magandang halamanan sa bandang silangan, sa Eden, at doon Niya pinatira si Adan, naroon na ang lahat ng bagay. Laging kasama ni Adan ang Diyos, hindi lang Halaman ng Eden na napakagandang tirahan ang ibinigay ng Diyos sa kanya kundi pati ang kapangyarihang mangibabaw sa lahat ng bagay na nasa mundo.

Umaapaw ang espirituwal na pag-ibig na ibinigay ng Diyos kay Adan, pero hindi niya ito naramdaman. Hindi niya natanto kung gaano kahalaga ang espirituwal na pag-ibig ng Diyos dahil hindi pa siya nakakaranas ng galit o ng makalaman na pag-ibig na nagbabago. Pagkatapos ng napakahabang panahon, tinukso si Adan sa pamamagitan ng ahas, sinuway niya ang Salita ng Diyos. Kumain siya ng bunga ng punongkahoy na ipinagbawal ng Diyos (Genesis 2:17; 3:1-6).

Dahil dito, nabahiran ng kasalanan ang puso ni Adan. Naging makalaman siya, nawalan siya ng kaugnayan sa Diyos. Hindi na rin siya pwedeng patirahin ng Diyos sa Halamanan ng Eden, pinalayas siya patungo dito sa mundo. Habang dumadaan sa pangangalaga ng sangkatauhan ang lahat ng tao (Genesis 3:23), mga inapo ni Adan, naranasan nila ang kabaliktaran ng lahat ng naranasan nila sa Eden, tulad ng galit, inggit, pasakit, kalungkutan, karamdaman, at kapinsalaan. Habang nangyayari ito, napalayo na sila sa espirituwal na pag-ibig. Dahil nagkaroon ang puso nila ng bahid ng laman dahil sa kasalanan, naging makalaman ang pag-ibig nila.

Napakatagal na panahon na magmula nang magkasala si Adan, mas mahirap pa ngayong humanap ng espirituwal na pag-ibig sa mundong ito. Ipinapahayag ng mga tao ang pag-ibig nila sa iba't ibang paraan, pero makalaman ang pag ibig na ito, nagbabago sa paglipas ng panahon. Habang lumilipas ang panahon, nagbabago ang mga situwasyon at kondisyon. Nagbabago din ang isip ng mga tao, nagtataksil sila sa mga taong minamahal nila dahil inuuna nila ang sariling pakinabang. Nagbibigay lang sila kung may ibinigay sa kanila o kung makikinabang sila. Kung gusto ninyong tumanggap nang kasinlaki ng ibinigay ninyo, o nalulungkot kayo dahil walang kapalit ang ibinigay ninyo, makalaman ang pag-ibig ninyo.

Kapag bago pa lang ang relasyon ng lalaki at babae, sinasabi nilang, 'magmamahalan sila habang buhay', o kaya, 'hindi nila kayang mabuhay kung hindi sila magkapiling.' Gayon pa man, kadalasan, nagbabago ang isip nila kapag nagpakasal na sila. Habang lumilipas ang panahon, nakikita nila ang mga bagay na ayaw nila sa asawa nila. Maganda sa paningin ang lahat ng bagay noon, pinapasaya nila ang isa't isa sa lahat ng bagay. Pero, hindi na nila ginagawa ito ngayon. Nagmamaktol sila, pinapahirapan ang isa't isa. Naiinis sila kung hindi ginagawa ng asawa nila ang gusto nila. Dati, bihirang-bihira ang diborsyo, pero ngayon, madaling makuha ito, at pagkatapos ng diborsyo, may bagong asawa silang papakasalan. Sasabihin na naman nilang tunay ang pag-ibig nila sa taong iyon. Karaniwang nangyayari ito sa makalaman na pag-ibig.

Walang ipinag-iba dito ang pag-ibig ng mga magulang at mga anak. Siyempre, may mga magulang na ibibigay pati buhay para sa mga anak. Pero kahit gawin nila ito, hindi ito espirituwal na pag-ibig dahil para sa anak lang nila gagawin ito. Kung may espirituwal na pag-ibig tayo, ibibigay natin ang ganitong klaseng pag-ibig sa lahat ng tao. Habang pasama nang pasama ang mundo, bihira na rin tayong makakita ng mga magulang na magbibigay ng buhay para sa mga anak nila. Maraming magulang at mga anak ang nag-aaway dahil sa pera o magkaibang opinyon o pananaw.

Paano naman ang pag-ibig sa pagitan ng magkakapatid o magkakaibigan? Maraming magkakapatid ang nag-aaway tungkol sa pera. Ganoon din sa pagitan ng magkakaibigan. Nagmamahalan sila kapag mabuti ang mga bagay at nagkakasundo sila. Pero nagbabago ito kapag naiba ang takbo ng mga bagay. Kadalasan, gustong tanggapin ng tao ang bagay na katumbas ng ibinigay nila. Kapag ganado sila, magbibigay sila kahit walang kapalit, pero kapag nawalan sila ng gana, pagsisisihan nilang nagbigay sila at walang tinanggap na kapalit. Ibig sabihin, gusto nilang matumbasan ang pag-ibig na ibinibigay nila. Makalaman ang ganitong klaseng pag-ibig.

Ibinibigay ng Espirituwal na pag-ibig ang sariling buhay

Nakakaantig ng damdamin kung may isang taong nakahandang magbigay ng sariling buhay para sa kanyang minamahal. Pero may hangganan ang pag-ibig ng isang tao, kung nalaman natin na kailangang ibigay ang buhay para sa ibang tao, mahihirapan tayong mahalin ang taong ito.

May isang haring may kagiliw-giliw na anak na lalaki at may isang kilalang mamamatay tao sa kaharian niya, nakatakdang mamatay ang taong ito. Para mabuhay ito, dapat may isang taong mamatay para sa kanya. Ibibigay ba ng hari ang inosenteng anak niya para sa mamamatay taong ito? Walang nangyaring ganito sa buong kasaysayan ng sangkatauhan. Pero ibinigay ng Diyos na Manlilikha na hindi maikukumpara sa kahit na sinong hari dito sa mundo ang bugtong na Anak Niya para sa atin. Ganito kalaki ang pagmamahal Niya para sa atin (Mga Taga-Roma 5:8).

Dahil sa kasalanan ni Adan, lahat ng tao ay nakatakdang mamamatay bilang kabayaran ng mga kasalanan. Para iligtas ang sangkatauhan at dalhin sila sa Langit, dapat lutasin ang problemang ito. Ibinigay ng Diyos ang bugtong na Anak Niya bilang kabayaran ng halaga ng lahat ng kasalanan.

Sinasabi sa Galacia 3:13, *"Sumpain ang bawat binibitay sa punungkahoy."* Ipinako si Jesus sa krus na kahoy para palayain tayo mula sa sumpa ng kautusan na nagsasabing, *"Ang kabayaran ng kasalanan ay kamatayan,"* (Mga Taga-Roma 6:23). At dahil walang kapatawaran kung walang pagdanak ng dugo (Sa Mga Hebreo 9:22), ibinuhos Niya ang lahat ng tubig at dugo sa katawan Niya. Tinanggap ni Jesus ang parusa para sa atin, at ang sinumang magtitiwala sa Kanya ay mapapatawad sa kanyang mga kasalanan at magkakaron ng buhay na walang hanggan.

Batid ng Diyos na uusigin, pagtatawanan at ipapako sa krus ng mga makasalanan si Jesus na Anak Niya. Gayon pa man, para iligtas ang makasalanang sangkatauhan na nakatakdang mahulog sa walang hanggang kamatayan, ibinigay Niya si Jesus sa mundong ito.

Sinasabi ng 1 Juan 4:9-10, *"Dito nahayag ang pag-ibig ng Diyos sa atin, sapagkat sinugo ng Diyos ang Kanyang bugtong na Anak sa sanlibutan upang tayo'y mabuhay sa pamamagitan Niya. Narito ang pag-ibig, hindi sa tayo'y umibig sa Diyos, kundi Siya ang umibig sa atin, at sinugo ang Kanyang Anak na pantubos sa ating mga kasalanan."*

Pinatunayan ng Diyos ang pagmamahal Niya para sa atin sa pamamagitan ng pagbigay ng bugtong na Anak Niyang si Jesus para ipako sa krus. Ipinakita ni Jesus ang pag-ibig Niya sa pamamagitan ng pagsasakripisyo ng sarili sa krus para tubusin ang sangkatauhan sa kanilang mga kasalanan. Ang pag-ibg na ito ng Diyos na ipinakita sa pagbigay ng bugtong na Anak Niya ay pag-ibig na hindi nagbabago. Ito ay pagsasakripisyo ng sariling buhay at pagdanak ng lahat ng dugo hanggang sa kahuli-hulihang patak.

Tunay na pag-ibig para sa Diyos

Pwede ba tayong magkaroon ng ganitong klaseng pag-ibig? Sinasabi sa 1 Juan 4:7-8, *"Mga minamahal, mag-ibigan tayo sa isa't isa, sapagkat ang pag-ibig ay sa Diyos at ang bawat umiibig ay ipinanganak ng Diyos at nakakakilala sa Diyos. Ang hindi umiibig ay hindi nakakakilala sa Diyos sapagkat ang Diyos ay pag-ibig."*

Kung nadarama natin sa kaibuturan ng ating puso, ang klase ng pag-ibig na ibinibigay sa atin ng Diyos, natural lang na tunay natin Siyang mamahalin. Sa buhay natin bilang mga Cristiano, maaaring maharap tayo sa isang situwasyong mahirap tiisin, baka mawala sa atin ang lahat ng mga ari-arian at mga bagay na mahalaga sa atin. Kung mayroon tayong tunay na pag-ibig, hindi mababagabag ang mga puso natin.

Kamuntik nang mawala sa akin ang tatlong pinakamamahal kong anak na babae. Sa Korea, mahigit tatlumpung taon na ang nakaraan, uling ang ginagamit na pampa-init. Madalas maging dahilan ng aksidente ang usok (carbon monoxide gas) na nanggagaling sa uling. Nangyari ito pagkatapos ng pagbubukas ng iglesya. Nakatira kami sa pinakamababang palapag ng gusali. Nalason sa usok ang tatlong anak kong babae at isang kabataang lalaki. Nalanghap nila buong gabi ang usok at parang wala na silang pag-asang mabuhay pa.

Hindi ako nalungkot o nagreklamo nang makita ko ang mga anak kong walang malay. Inisip ko lang na mabubuhay sila nang mapayapa sa magandang Langit kung saan walang luha, kalungkutan at pagdurusa. Nagpasalamat ako. Pero dahil miyembro ng iglesya ang kabataang lalaking kasama nila, hiniling ko sa Diyos na buhaying muli ito para hindi magdulot ng kahihiyan sa Diyos ang nangyari. Ipinatong ko ang mga kamay ko sa kabataang lalaki at idinalangin siya. Pagkatapos, idinalangin ko ang pangatlo at pinakabata kong anak. Habang idinadalangin ko ang anak ko, nagising ang kabataang lalaki. Habang idinadalangin ko ang pangalawa sa mga anak ko, nagising ang pinakabata. Hindi nagtagal, nagising na din ang pangalawa at ang panganay. Hindi nagdusa ang katawan nila sa epekto ng nangyari sa kanila, malusog silang lahat hanggang ngayon. Silang tatlo ay nagmiministeryo bilang mga pastor sa iglesya.

Kung mahal natin ang Diyos, hindi magbabago ang pagmamahal na ito kahit na ano pa ang mangyari. Tinanggap na natin ang pag-ibig Niya sa sakripisyong ginawa Niya na ibinigay ang bugtong na Anak Niya. Walang dahilan para magdamdam o magduda tayo sa pag-ibig Niya. Wala tayong magagawa kundi mahalin Siya nang walang pagbabago. Wala tayong magagawa kundi magtiwala sa pag-ibig Niya ng lubos at buong buhay na maging tapat sa Kanya.

Dapat ganito rin ang pagmamahal natin sa mga kaluluwa. Sinasabi sa 1 Juan 3:16, "Dito natin nakikilala ang pag-ibig, sapagkat ibinigay Niya ang Kanyang buhay alang-alang sa atin; at nararapat nating ibigay ang ating mga buhay alang-alang sa mga kapatid." Kung mamahalin natin sa kaibuturan ng puso natin ang Diyos, mamahalin natin ang kapatiran ng buong puso. Ibig sabihin, hindi tayo magiging makasarili. Ibibigay natin ang lahat at hindi aasa na mayroong kapalit. Magsasakripisyo tayo na may malinis na motibo. Ibibigay natin ang lahat ng pag-aari sa iba.

Marami na akong pinagdaanang pagsubok sa buhay ko bilang isang mananampalataya magpahanggang ngayon. Pinagtaksilan ako ng mga taong binigyan ko ng maraming bagay at mga itinuring kong kapamilya. Kung minsan, hindi ako nauunawaan ng mga tao, hinuhusgahan nila ako.

Gayon pa man, kabutihan ang ipinakita ko sa kanila. Ipinasa-Diyos ko ang lahat ng bagay, at idinalangin ko na patawarin Niya ang mga taong ito dahil sa pag-ibig at awa Niya. Hindi ako nagalit sa mga taong nagpahirap sa iglesya, pagkatapos ay nang-iwan. Gusto ko sanang magsisi sila at magsibalik. Dahil sa masasamang bagay na ginawa nila, dumanas ako ng matitinding pagsubok. Gayon pa man, naging mabuti ako sa kanila dahil nagtiwala ako na iniibig ako ng Diyos, at minamahal ko sila dahil sa pag-ibig na ito.

Para magbunga ng pag-ibig

Magbubunga tayo ng ganap na pag-ibig kung papakabanalin natin ang puso natin, iwawaksi ang mga kasalanan, kasamaan, at kawalan ng katarungan. Magkakaroon ng tunay na pagmamahal ang isang pusong walang kasamaan. Kung mayroon tayong tunay na pag-ibig sa kapwa, bibigyan natin sila ng kapayapaan, hindi natin sila pahihirapan. Uunawain natin sila at paglilingkuran. Pasasayahin natin sila at gugustuhing sumagana ang mga kaluluwa nila para lumawak ang kaharian ng Diyos.

Mababasa natin sa Biblia kung anong klaseng pag-ibig ang hinubog ng mga ama ng pananampalataya. Minahal ni Moises ang mga mamamayan ng Israel, gusto niyang iligtas ang mga ito kahit burahin ang pangalan niya sa aklat ng buhay (Exodo 32:32).

Minahal din ni apostol Pablo ang Panginoon nang walang pagbabago magmula noong makatagpo niya ito. Naging apostol siya ng mga Hentil, nagligtas ng maraming kaluluwa, at nagtatag ng tatlong iglesya sa tatlong biyahe niya sa pagmimisyon. Kahit nakakapagod at puno ng peligro ang pagmimisyon niya, ipinangaral niya si Jesu-Cristo hanggang sa mapatay siya sa Roma.

Palaging may banta sa buhay, pag-uusig, at panggugulo mula sa mga Judio. Binugbog siya at ikinulong. Nagpalutang-lutang siya sa dagat nang mawasak ang barkong sinasakyan niya. Gayon pa man, hindi niya pinagsisihan ang buhay na pinili niya. Sa halip na isipin ang sarili, inalala niya ang iglesya at ang mga mananampalataya kahit dumadaan siya sa maraming kahirapan.

Isinulat niya ang damdamin niya sa 2 Mga Taga-Corinto 11:28-29, *"Bukod sa mga bagay na nasa labas, ako'y araw-araw na nabibigatan sa alalahanin para sa mga iglesya. Sino ang mahina, at ako ba'y hindi mahina? Sino ang natitisod, at ako'y di nag-iinit?"*

Hindi iniligtas ni apostol Pablo ang buhay niya dahil sa maalab na pagmamahal niya para sa mga kaluluwa. Nakasulat sa Mga Taga-Roma 9:3 ang tungkol sa dakilang pag-ibig niya, *"Sapagkat mamagalingin ko pang ako ay sumpain at mawala kay Cristo alang-alang sa aking mga kapatid, na aking mga kamag-anak ayon sa laman."* Ang tinutukoy na 'kapatid o kamag-anak' dito ay hindi ang mga kapamilya kundi lahat ng Judio, kasama na ang mga umuusig sa kanya.

Mas gugustuhin pa niyang siya ang mahulog sa Impiyerno, kung ito ang kinakailangan para maligtas ang mga ito. Ganitong klase ang pag-ibig niya. Gaya ng nakasulat sa Juan 15:13, *"Walang may higit pang dakilang pag-ibig kaysa rito, na ibigay ng isang tao ang kanyang buhay dahil sa kanyang mga kaibigan."* Pinatunayan ni apostol Pablo ang pinakamataas na klaseng pag-ibig sa pagiging martir.

May mga taong nagsasabing mahal nila ang Panginoon pero hindi nila mahal ang mga kapatid sa pananampalataya. Hindi nila kaaway ang mga kapatid na ito ni walang hinihinging kahit na anong bagay sa kanila ang mga ito. Pero mayroon silang mga bagay na hindi pinagkakasunduan, hindi sila kumportable sa isa't isa dahil sa maliliit na bagay. Kahit sa paglilingkod sa Diyos nagkakaroon sila ng sama ng loob sa isa't isa kapag magkaiba sila ng opinyon. May mga taong walang pakialam kung nanghihina o naghihingalo ang espiritu ng ibang tao. Masasabi ba nating iniibig ang Diyos ng mga taong ito?

Noong minsan, nagpatotoo ako sa harapan ng isang buong kongregasyon, sinabi ko, "Kung maililigtas ko ang isanlibong kaluluwa, nakahanda akong mapunta sa Impiyerno para sa kanila." Siyempre alam ko kung anong klaseng lugar ang Impiyerno, hindi ako gagawa ng mga bagay na magdadala sa akin doon. Pero kung may maililigtas na mga kaluluwa na patungo doon, papayag akong pumalit sa kanila.

Maaaring kabilang sa isanlibong kaluluwang iyon ang mga miyembro ng ating iglesya. Pwedeng mga lider o mga miyembro ang mga ito na hindi pinili ang katotohanan at patungo sa kamatayan pagkatapos marinig ang Salita at masaksihan ang mga makapangyarihang pagkilos ng Diyos. Pwedeng sila din ang mga taong umuusig sa iglesya, hindi sila nakakaintindi at naiinggit sila. O kaya pwede ring sila ang mga kaawa-awang mga kaluluwa sa Africa na nagugutom dahil sa taggutom, labanan, at kahirapan.

Kung si Jesus ay namatay para sa akin, pwede ko ring ibigay ang buhay ko para sa kanila. Hindi dahil tungkulin kong mahalin sila, kundi dahil sinabi ng Diyos na mag-ibigan tayo sa isa't isa. Ibibigay ko ang buong buhay at lakas ko bawa't araw para maligtas sila, dahil minamahal ko sila nang higit pa kaysa sa buhay ko hindi lang sa salita. Ibibigay ko ang buong buhay ko dahil ito ang dakilang kahilingan ng Diyos Ama na nagmamahal sa akin.

Puno ang puso ko ng mga saloobin na tulad ng, 'Paano ko maiibahagi ang ebanghelyo sa mas maraming lugar?' 'Paano ako makakapagpakita ng mas dakilang kapangyarihan ng Diyos para mas maraming maniwala?' 'Paano ko maipapaunawa sa kanila na walang kabuluhan ang mundo, at paano ko sila gagabayan para panghawakan nila ang kaharian ng langit?'

Suriin natin ang ating mga sarili kung gaanong pag-ibig ng Diyos ang makikita sa atin. Pag-ibig na nagbigay ng buhay ng bugtong na Anak. Kung nasa atin ang pag-ibig na ito, mamahalin natin ang Diyos at ang lahat ng mga kaluluwa nang buong puso. Ito ang tunay na pag-ibig. At kung lubos nating pangangalagaan ang ganitong klaseng pag-ibig, makakapasok tayo sa Bagong Jerusalem na siyang sukdulan ng pag-ibig. Umaasa ako na kayong lahat ay makikibahagi sa walang hanggang pag-ibig ng Diyos Ama at ng Panginoon sa lugar na iyon.

Filipos 4:4

"Magalak kayong lagi sa Panginoon; muli kong sasabihin, magalak kayo!"

Laban sa mga Ito ay Walang Kautusan

Kabanata 3

Kagalakan

Bunga ng kagalakan

Mga dahilan kung bakit nawawala ang kagalakan ng unang pag-ibig

Kapag nagbunga ng espirituwal na kagalakan

Mga Paraan para Magbunga ng Kagalakan

Nananaghoy kahit may bunga ng kagalakan

Maging positibo, magpakita ng kabutihan sa lahat ng bagay

Kagalakan

Kung masaya kayo, nawawala ang pagkabahala, galit, at tensyon, kaya nakakatulong itong magpigilan ng atake sa puso at biglaang pagkamatay. Pinapalakas din nito ang katawan kaya positibo ang epekto nito sa pagpigil ng mga impeksyon tulad ng trangkaso, kanser, at mga karamdaman na nagmumula sa klase ng pamumuhay. Totoong positibo ang epekto ng pagtawa sa kalusugan natin. Sinabi sa atin ng Diyos na magalak tayong palagi. Pwedeng sabihin ng iba, "Paano ako magagalak wala namang dahilan?" Pero, magagawang magalak ng mga may pananampalataya sa Panginoon dahil naniniwala sila na tutulungan sila ng Diyos mula sa kahirapan, at gagabayan sila patungo sa kaharian ng langit kung saan may kagalakan na walang hanggan.

Bunga ng kagalakan

Ang kagalakan ay 'matindi at labis na kasiyahan.' Gayon pa man, ang espirituwal na kagalakan ay hindi lang sobrang kasiyahan. Kapag mabuti ang lahat ng bagay, nagagalak kahit mga hindi mananampalataya, pero pansamantala lang. Kapag naging mahirap na ang mga bagay, nawawala ang kagalakan nila. Pero kung mayroon tayong bunga ng kagalakan sa puso natin, pwede tayong maging masaya kahit maging mahirap pa ang situwasyon.

Sinasabi ng 1 Mga Taga-Tesalonica 5:16-18, *"Magalak kayong lagi. Manalangin kayong walang patid. Sa lahat ng bagay ay magpasalamat kayo, sapagkat ito ang kalooban ng Diyos kay Cristo Jesus para sa inyo."* Ang espirituwal na kagalakan ay pagiging maligaya sa lahat ng oras at mapagpasalamat kahit ano pa ang mangyari. Ang kagalakan ay ang pinakanakikita at pinakamalinaw na sukatan ng pagiging Cristiano. May mga Cristianong palaging maligaya sa pagsunod sa Panginoon, habang may iba namang walang tunay na kagalakan at pagpapasalamat, kahit pinagsisikapan nila ang pananampalataya nila. Dumadalo sila sa mga pagsamba, nananalangin at ginagawa ang mga tungkulin sa iglesya. Pero ginagawa nila ito nang mabigat sa loob, parang obligasyon. At kapag nagkaproblema, mawawala ang kapayapaan ng puso nila, mababagabag at matatakot sila.

Kung mayroong problema na hindi ninyo kayang lutasin, pagkakataon ito para suriin ninyo kung tunay ang kagalakan ninyo. Pwedeng maging pamantayan din ito para sukatin kung gaano na ninyo ibinubunga ang kagalakan. Sa katunayan, sobra na ang pagpapalang kaligtasan sa pamamagitan ng dugo ni Jesu-Cristo na ibinigay Niya sa atin para magalak tayo sa lahat ng oras. Nakatakda tayong itapon sa walang hanggang apoy ng Impiyerno pero dahil sa dugo ni Jesu-Cristo makakarating tayo sa kaharian ng langit na puno ng kasiyahan at kapayapaan. Binibigyan tayo ng kasiyahang hindi pwedeng ipaliwanag ng katotohanang ito.

Gaano kaya kalaki ang kagalakan ng mga Israelita pagkatapos ng Exodo, nang matawid nila ang Dagat na Pula na parang lumakad sa tuyong lupa, at nakalaya mula sa hukbo ng Ehipto na humahabol sa kanila? Dahil sa labis na kaligayahan, nagsisayaw ang mga kababaihan nang may pandereta at nagpuri silang lahat (Exodo 15:19-20).

Tulad nito, kapag tumanggap sa Panginoon ang isang tao, may kagalakan siya na mahirap ipaliwanag, umaawit siya ng mga papuri kahit pagod siya sa trabaho. Kahit inuusig siya dahil sa pangalan ng Panginoon, o nagdurusa nang walang dahilan, masaya siya dahil kaharian ng langit ang nasa isipan niya. Kung magpapatuloy at mapapangalagaan ang kaligayahang ito, ibubunga nito ang ganap na kagalakan.

Mga dahilan kung bakit nawawala ang kagalakan ng unang pag-ibig

Gayon pa man, hindi napapanatili ng lahat ng tao ang galak ng unang pag-ibig. Pagkatapos tanggapin ang Panginoon, nawawala ang kagalakan. Nag-iiba ang emosyon tungkol sa pagpapala ng kaligtasan. Dati, palagi silang masaya kahit nahihirapan, iniisip nila ang Panginoon. Pero ngayon, nagbubuntong-hininga sila at nagrereklamo kapag nahihirapan. Parang mga anak ni Israel na nalimutan agad ang kagalakan nang matawid nila ang Dagat na Pula sa tuyong lupa. Nagreklamo sila laban sa Diyos at nilabanan si Moises dahil sa maliliit na bagay.

Bakit nagbabago ang tao? Ang dahilan ay sapagkat makalaman ang puso nila. May espirituwal na kahulugan ang laman dito. Tinutukoy nito ang ugali o karakter na kabaliktaran ng espiritu. Ang 'espiritu' ay isang bagay na pag-aari ng Diyos na Manlilikha. Maganda ito at hindi nagbabago. Ang 'laman' ay ugali o karakter ng mga bagay na inihiwalay sa Diyos. Ito ang mga bagay na naglalaho, nasisira, at nawawala. Kaya, lahat ng klase ng kasalanan tulad ng paglaban sa batas, walang katarungan, at kasinungalingan, ay makalaman. Mawawala ang kagalakan ng mga may bahid ng laman. At dahil pabagu-bago ang ugali nila, gumagawa ng mga situwasyong hindi magaganda ang kaaway na diyablo at Satanas para guluhin at baguhin ang karakter nila.

Binugbog at ikinulong si apostol Pablo dahil sa pangangaral ng ebanghelyo. Pero hindi siya nag-alala. Habang nananalangin siya at nagpupuri sa Diyos, lumindol ng malakas, nabuksan ang mga pintuan ng kulungan. Dahil sa pangyayaring ito, mas marami pang hindi mananampalatayang nabahagian ng ebanghelyo. Hindi nawala ang kagalakan ni Pablo kahit may paghihirap. Nangaral siya sa mga mananampalataya, *"Magalak kayong lagi sa Panginoon;muli kong sasabihin, magalak kayo. Malaman nawa ng lahat ng mga tao ang inyong kahinahunan. Ang Panginoon ay malapit na. Huwag kayong mabalisa sa anumang bagay; kundi sa lahat ng mga bagay, sa pamamagitan ng pananalangin at pagsamo na may pagpapasalamat ay ipaalam ninyo ang inyong mga kahilingan sa Diyos"* (Filipos 4:4-6).

Kung kayo ay nahaharap sa nakakabagabag na situwasyon na parang malalaglag kayo sa bangin, bakit hindi kayo magpasalamat katulad ng ginawa ni apostol Pablo? Malulugod ang Diyos sa pananampalataya ninyo, kikilos Siya para sa ikakabuti ng lahat ng bagay.

Kapag nagbunga ng espirituwal na kagalakan

Bata pa lang si David, lumaban na siya para sa kanyang bansa. Ibinigay niya ang kahanga-hangang paglilingkod sa maraming labanan. Tumugtug siya ng alpa noong nagdurusa mula sa masasamang espiritu si Haring Saul para maging mapayapa ito. Wala siyang nilabag na utos ng hari. Gayon pa man, hindi nagpasalamat si Haring Saul sa paglilingkod ni David. Galit siya dito dahil kinaiinggitan niya ito. Natakot si Saul na maagaw ni David ang korona dahil minamahal ito ng mga tao. Tinugis niya at ng hukbo niya si David para patayin. Tumakas si David. Para maisalba ang buhay niya sa ibang bansa, nagpanggap siyang baliw. Ano kaya ang mararamdaman ninyo kung kayo si David? Hindi nalungkot si David, nagsiya lang siya. Inihayag niya ang pananampalataya niya sa Diyos sa pamamagitan ng isang salmo –

"Ang PANGINOON ay aking pastol; hindi ako magkukulang;
Pinapahiga Niya ako sa luntiang pastulan, inaakay Niya ako sa tabi ng mga tubig na pahingahan.
Pinanunumbalik Niya ang aking kaluluwa.
Inaakay Niya ako sa mga landas ng katuwiran, alang-alang sa Kanyang pangalan.
Bagaman ako'y lumakad sa libis ng lilim ng kamatayan, wala akong katatakutang kasamaan;
Sapagkat Ikaw ay kasama ko, ang Iyong pamalo at ang Iyong tungkod,
Inaaliw ako ng mga ito, ipinaghahanda Mo ako ng hapag sa harapan ng aking mga kaaway;
Iyong binuhusan ng langis ang aking ulo, umaapaw ang aking saro.
Tiyak na ang kabutihan at kaawaan ay susunod sa akin sa lahat ng araw ng aking buhay;
At ako'y maninirahan sa bahay ng PANGINOON magpakailanman"

(Mga Awit 23:1-6).

Napakahirap ng buhay ni David, pero dakila ang kalooban niya. Maalab ang pagmamahal niya sa Diyos at hindi nagbago ang pagtitiwala niya dito. Walang anumang nakaagaw ng kagalakan na nagmumula sa kaibuturan ng puso niya. Si David ay isang taong nagbunga ng kagalakan.

Sa nakaraang apatnapu't isang taon magmula nang tanggapin ko ang Panginoon, hindi nawala ang kagalakan ko sa unang pag-ibig. Nagpapasalamat ako bawat araw. Nagdusa ako mula sa maraming karamdaman sa loob ng pitong taon, pero pinagaling ng kapangyarihan ng Diyos ang mga iyon nang sabay-sabay. Naging Cristiano ako dahil dito, at nakapagtrabaho ako sa mga konstruksyon. May pagkakataon akong makakuha ng mas mabuting trabaho pero mas pinili ko ang mahirap at mabigat na trabaho dahil mapapanatili kong banal ang Araw ng Panginoon.

Gumigising ako ng ika-4:00 ng umaga araw-araw para makadalo sa pulong-panalangin sa madaling araw. Pagkatapos, magtatrabaho ako, dala-dala ang pananghalian. Isa't kalahating oras ang biyahe papunta sa lugar ng trabaho. Dapat akong magtrabaho mula umaga hanggang gabi, walang gaanong pahinga. Totoong mabigat na trabaho ito. Unang beses ko pa lang naranasang magtrabaho ng ganito kabigat. Higit sa lahat, napakatagal kong may karamdaman, kaya hindi ito madali para sa akin.

Pagkatapos ng trabaho, dadating ako sa bahay ng mga ika-10:00 ng gabi. Maglilinis ng katawan, kakain ng hapunan, magbabasa ng Biblia, at mananalangin ako bago matulog ng hatinggabi. Nagbahay-bahay din ang asawa ko para makabenta. Pero nahirapan pa rin kaming magbayad ng interes ng naipong utang namin noong panahong may karamdaman ako. Hindi namin matustusan ang pangangailangan namin sa araw-araw. Kahit salat kami sa yaman, puno ng kagalakan ang puso ko. Ipinapangaral ko ang ebanghelyo sa tuwing may pagkakataon.

Sinasabi ko, "Buhay ang Diyos! Tingnan ninyo ako, hinihintay ko na lang ang kamatayan, pero pinagaling ako ng kapangyarihan ng Diyos. Ganito ako kalusog ngayon!"

Mahirap at magastos ang kalagayan ko, pero palagi akong nagpapasalamat sa pag-ibig ng Diyos na nagligtas sa akin sa kamatayan. Inaasahan ko rin ang buhay na walang hanggan sa Langit. Nang tanggapin ko ang tawag ng Diyos para maging pastor, pinagdusahan ko ang mga walang katarungang pagdurusa at iba pang mga bagay na mahirap tiisin ng isang tao. Pero nanatiling maalab ang kagalakan at pagpapasalamat ko.

Paano ko nagagawa ito? Ito'y sapagkat ang pagpapasalamat ay nagbubunga ng mas marami pang bagay na pasasalamatan. Palagi akong naghahanap ng mga bagay na pasasalamatan, at magpapasalamat ako sa Diyos. At hindi lang sa pamamagitan ng mga panalangin, nagagalak akong magbigay ng kaloob bilang pagpapasalamat sa Kanya. Bukod sa kaloob na ibinibigay ko sa pagsamba, nagbibigay din ako ng kaloob para sa ibang bagay. Nagpapasalamat ako sa mga miyembro ng iglesya na lumalago sa pananampalataya, sa mga malakihang krusada sa ibang bansa na nagbibigay ng luwalhati sa Diyos, sa paglago ng iglesya, at marami pang iba. Naliligayahan ako sa paghahanap ng mga bagay na dapat pasalamatan.

Kaya, patuloy akong binibigyan ng Diyos ng mga biyaya at pagpapala, wala akong magagawa kundi magpasalamat. Kung nagpapasalamat ako kapag mabuti ang lahat ng bagay at magrereklamo at hindi magpapasalamat sa mga bagay na hindi mabuti, hindi ko makakamit ang kaligayahang tinatamasa ko ngayon.

Mga Paraan para Magbunga ng Kagalakan

Una, iwaksi ang laman

Kung wala tayong inggit at selos, magagalak tayo kapag pinuri o biniyayaan ang ibang tao, parang tayo na rin ang pinuri at biniyayaan. Sa kabaliktaran, kung naiinggit o nagseselos tayo, ayaw nating makitang gumaganda ang buhay ng ibang tao. Hindi tayo kumportable, nawawala ang kaligayahan, at nanghihina ang kalooban natin dahil sa tingin natin, umaasenso ang ibang tao pero tayo hindi.

At kung wala tayong galit at sama ng loob, magiging mapayapa tayo kahit hindi tayo tratuhin ng maayos, o kahit mapahamak tayo. Nabibigo at sumasama ang loob natin dahil may bahid tayo ng laman. Ang laman na ito ang nagpapabigat ng puso natin. Kung ugali nating unahin ang sariling pakinabang, masasaktan tayo at mabibigo kung iisipin nating mas nagdurusa tayo kaysa sa ibang tao.

Dahil may ugali tayong makalaman, guguluhin ito ng kaaway na diyablo at Satanas para gumawa ng mga situwasyong hindi nakakagalak. Kung makalaman tayo, hindi tayo magkakaroon ng espirituwal na pananampalataya, at mas dadami ang mga alalahanin at problema natin dahil hindi natin magawang umasa sa Diyos. Pero nagagalak ang mga taong umaasa sa Diyos kahit wala silang makain. Ito'y sapagkat ipinangako ng Diyos na ibibigay Niya ang mga kailangan natin kung hahanapin natin ang kaharian at ang katuwiran Niya (Mateo 6:31-33).

Ipapasa-Diyos ng mga may tunay na pananampalataya ang lahat ng bagay sa pananalangin at pasasalamat kahit ano pa ang dinadanas na paghihirap. Hahanapin nila ang kaharian at ang katuwiran ng Diyos nang may mapayapang kalooban, pagkatapos, hihilingin nila ang kanilang mga pangangailangan. Pero ang mga umaasa sa sariling mga plano at saloobin at hindi sa Diyos ay hindi mapapalagay. Ang mga nagnenegosyo ay uunlad at pagpapalain kung nakikinig sila sa tinig ng Banal na Espiritu at kung susundin nila ito. Pero kung maramot, walang pagtitiis, at sinungaling ang saloobin nila, hindi nila maririnig ang tinig ng Banal na Espiritu, mahihirapan sila. Kaya ang pangunahing dahilan kung bakit nawawala ang kagalakan ng isang tao ay ang ugaling makalaman na nasa puso niya. Kung iwawaksi natin ang makalaman na ugali ng puso natin, magkakaroon tayo ng espirituwal na kagalakan at pagpapasalamat, lahat ng bagay ay magiging mabuti para sa atin.

Pangalawa, sundin natin ang hangarin ng Banal na Espiritu sa lahat ng oras

Ang kagalakang hinahanap natin ay hindi makamundong kagalakan kundi ang nagmumula sa Langit, ibig sabihin, kagalakang mula sa Banal na Espiritu. Magiging maligaya tayo kung nagagalak ang Banal na Espiritu na nasa puso natin. Higit sa lahat, darating sa atin ang tunay na kagalakan kung sasambahin natin ang Diyos nang buong puso, mananalangin tayo sa Kanya at pupurihin natin Siya, at susundin ang Salita Niya.

At magiging napakasaya natin kung malalaman natin ang mga pagkukulang natin sa tulong ng Banal na Espiritu, magsisikap tayong punuan ang mga ito. Mas magiging masaya tayo at mapagpasalamat kung mahahanap natin ang 'bagong pagkatao', ibang-iba sa dati. Hindi maikukumpara sa kagalakan ng kahit na ano sa mundo ang kagalakan na ibinibigay ng Diyos. Walang pwedeng umagaw nito.

Pwede nating sundin ang mga pagnanasa ng Banal na Espiritu o ang pagnanasa ng laman, depende ito sa mga desisyon natin sa bawat araw ng ating buhay dito sa mundo. Kung susundin natin ang hinahangad ng Banal na Espiritu sa bawat sandali, magagalak sa atin ang Banal na Espiritu, pupunuin Niya tayo ng kagalakan. Sinasabi ng 3 Juan 1:4, *"Wala ng higit pang kagalakan sa ganang akin na gaya nito, na marinig na ang aking mga anak ay lumalakad sa katotohanan."* Tulad ng sinabi, kung kikilos tayo ayon sa katotohanan, magagalak ang Diyos at bibigyan Niya tayo ng kaligayahan at kapuspusan ng Banal na Espiritu.

Halimbawa, magkakaroon ng kaguluhan kung pagsasabayin ng isang tao ang kapakanan niya at ang kapakanan ng iba, mawawala ang kagalakan kung magpapatuloy ang situwasyong ito. At kapag pinili natin ang sariling kapakanan, makakamit natin kahit na anong gustuhin natin, pero hindi tayo magkakaroon ng espirituwal na kagalakan. Kokonsiyensyahin tayo at masasaktan ang kalooban natin. Sa kabilang banda, parang magiging kawalan para sa atin kung uunahin natin ang kapakanan ng ibang tao. Pero pansamantala lang ito, magkakaroon din tayo ng kagalakan mula sa itaas dahil magagalak ang Banal na Espiritu. Tanging ang mga nakaranas ng kagalakang ito ang makakapagsabi kung gaano ito kabuti. Ito ay kaligayahang hindi maibibigay o mauunawaan ng kahit na sino sa mundo.

May isang kwento tungkol sa dalawang magkapatid na lalaki. Hindi nagliligpit ng platong kinainan ang isa sa kanila. Ang mas batang kapatid ang palaging tagaligpit, ayaw niyang gawin ito. Isang araw, nang papaalis na ang mas matandang kapatid pagkatapos niyang kumain, sinabi ng mas bata, "Dapat mong hugasan ang platong kinainan mo." "Ikaw ang maghugas," sagot ng kapatid na panganay, at pumasok na siya sa kwarto niya. Hindi ito nagustuhan ng mas batang kapatid, pero nakaalis na ang kapatid niya.

Batid ng mas batang kapatid na nakaugalian na ng mas matandang kapatid na iwanan ang pinagkainan niya. Kaya hinuhugasan na lang niya ang mga ito nang may kagalakan. Iisipin nating ang mas batang kapatid na lang ang palaging gagawa nito, at walang gagawin ang mas matanda para makatulong. Pero kung gagawin natin ang isang bagay na may mabuting kalooban, kikilos ang Diyos, babaguhin Niya ang situwasyon. Hahaplusin ng Diyos ang puso ng mas matandang kapatid, iisipin nito, "Nakakahiya naman dahil ang kapatid ko ang palaging nagliligpit ng kinainan ko. Magmula ngayon, ililigpit ko ang kinainan ko, pati na ang sa kanya."

Ipinapakita ng kwentong ito na kung susundin natin ang pagnanasa ng laman para sa pansamantalang kapakanan ng sarili, hindi tayo magiging masaya at palaging magkakaroon ng kaaway. Pero magagalak tayo kung paglilingkuran natin ang ibang tao ng taos-puso at susundin ang pagnanasa ng Banal na Espiritu.

Pwedeng gamitin ang tuntuning ito sa iba pang bagay. Baka nanghuhusga kayo noon ayon sa sarili ninyong pamantayan, pero kung babaguhin ninyo ang damdamin ninyo at magsisikap na umunawa ng ibang tao, magiging mapayapa ang kalooban ninyo. Paano kung makakilala kayo ng isang taong iba ang pagkatao o mga pananaw kaysa sa inyo? Iiwasan ba ninyo siya o babatiin ng nakangiti? Sa pananaw ng mga hindi mananampalataya, mas magiging kumportable sila kung iiwasan na lang nila ang mga taong hindi nila gusto kaysa makipagkaibigan sa mga ito.

Ngingitian ng mga sumusunod sa pagnanasa ng Banal na Espiritu ang mga taong tulad nito, iniisip kung paano makakatulong sa kanila. Kapag pinapatay natin ang sarili araw-araw at may intensyong bigyan ng kaginhawahan ang ibang tao (1 Mga Taga-Corinto 15:31), makakaranas tayo ng tunay na kapayapaan at kagalakan na mula sa Langit. Bukod dito, mananatili sa puso natin ang kapayapaan at kagalakang ito.

Ipagpalagay nating tinawagan kayo ng isang lider ng iglesya para magpasama sa inyo sa pagbisita sa isang miyembrong hindi nakapagsimba o nahilingan kayo na magbahagi ng ebanghelyo sa isang tao habang nagbabakasyon kayo. Iisipin ninyong mas gusto ninyong magpahinga, pero, gusto din ninyong maglingkod sa Diyos. Malaya kayong pumili kung ano ang gagawin ninyo, pero hindi bubuti ang pakiramdam ng katawan ninyo kung palagi kayong nakahiga at natutulog. Hindi ito magbibigay sa inyo ng kagalakan.

Kung ibibigay ninyo ang oras at pag-aari ninyo para gawin ang ministeryo ng Diyos, mapupuspos kayo ng Banal na Espiritu at magagalak kayo. Kung palagi ninyong susundin ang hinahangad ng Banal na Espiritu mas magagalak ang espiritu ninyo at mas mapupuno ng katotohanan ang puso ninyo. Mahihinog ang bunga ng kagalakan sa puso ninyo at magniningning ang inyong mukha dahil sa espiriuwal na liwanag.

Pangatlo, pagsikapan nating maghasik ng binhi ng kagalakan at pagpapasalamat

Para may anihin ang isang magbubukid, dapat magtanim at mag-alaga siya ng itinanim niya. Tulad nito, para magbunga ng kagalakan, magsipag tayo sa paghanap ng mga bagay na dapat ipagpasalamat at mag-alay ng mga sakripisyo bilang pasasalamat sa Diyos. Kung mga anak tayo ng Diyos na may pananampalataya, napakaraming bagay ang magbibigay sa atin ng kagalakan!

Una, may kagalakan tayo na hindi pwedeng ipagpalit sa kahit na anong bagay. At ang mabuting Diyos ay Ama natin, iniingatan Niya ang mga anak Niya na nabubuhay sa katotohanan at sinasagot ang kanilang mga dalangin. Gaano ba tayo kasaya? Kung pananatilihin nating banal ang Araw ng Panginoon at magbibigay tayo ng tamang ikapu, hindi tayo dadanas ng kalamidad at hindi tayo dadanas ng kahit na anong aksidente sa buong taon. Kung hindi tayo magkakasala, susunod sa mga utos ng Diyos, at maglilingkod ng tapat para sa kaharian Niya, palagi Niya tayong bibigyan ng mga biyaya.

Kung magkaroon man tayo ng paghihirap, ang solusyon sa lahat ng klase ng problema ay makikita sa animnapu't anim na aklat ng Biblia. Kung ang pagdurusa natin ay dahil sa ginawa nating kasalanan, pwede nating pagsisihan at talikuran ang maling daan para kahabagan Niya tayo at ibigay ang solusyon sa ating problema. Kung hindi tayo hahatulan ng puso natin kapag sinusuri natin ang ating sarili, pwede tayong magalak at magpasalamat. Kikilos ang Diyos para gawing mabuti ang lahat ng bagay para sa atin at bibigyan Niya tayo ng mas maraming biyaya. Huwag nating balewalain ang pagpapalang ibinibigay sa atin ng Diyos. Magalak at magpasalamat tayo sa Kanya sa lahat ng oras. Kung hahanapin natin ang mga bagay na dapat pasalamatan, bibigyan Niya tayo ng maraming dahilan para magpasalamat sa Kaniya. Lalago ang pagpapasalamat at kaligayahan natin, pagkatapos, magbubunga tayo ng kagalakan.

Nananaghoy kahit may bunga ng kagalakan

Kahit nagbunga na ng kagalakan ang puso natin, malulungkot pa rin tayo. Ito ay espirituwal na pagdadalamhati na nangyayari ayon sa katotohanan.

Una, nagdadalamhati dahil sa pagsisisi. Kung may mga pagsubok dahil sa pagkakasala, hindi tayo pwedeng magpasalamat na lang at magalak para malutas ang problema. Kung magagalak ang isang tao kahit nagkasala siya, makamundo ang kagalakang ito, wala itong kinalaman sa Diyos. Kapag nangyari ito, magsisi tayo at tumangis, talikuran natin ang ganitong gawain. Isipin nating, 'Paano ko nagawa ang kasalanang ito habang nananampalataya ako sa Diyos? Paano ko nagawang talikuran ang pagpapala ng Panginoon?' Tatanggapin ng Diyos ang pagsisisi natin. At bilang pruweba na giniba na ang pader ng kasalanan, bibigyan Niya tayo ng kagalakan. Bubuti at gaganda ang pakiramdam natin, parang nasa langit. Bibigyan tayo ng bagong kagalakan at pasasalamat mula sa itaas.

Ibang-iba ang pagdadalamhati dahil sa pagsisisi kaysa sa pagluha dahil sa sakit na dala ng paghihirap at kapahamakan. Kahit tumangis pa kayo hanggang sa sipunin, makalamang pagdadalamhati lang ito kung ito ay dahil sa sama ng loob sa situwasyong kinalalagyan ninyo. At kung magtatangka kayong takasan ang problema dahil natatakot kayo sa magiging kaparusahan at hindi lubos ang paglayo ninyo sa kasalanan, hindi kayo magkakaroon ng tunay na kagalakan. Hindi rin ninyo madadama ang kapatawaran. Kung ang pagdadalamhati ninyo dahil sa pagsisisi ay tunay, iwaksi ninyo mismo ang kagustuhang magkasala, pagkatapos, magbunga kayo ng pagsisisi. Ito ang paraan para tumanggap ng espirituwal na kagalakan mula sa Diyos.

Susunod, may pagdadalamhati kapag pinapahiya ang Diyos at para sa mga kaluluwang patungo sa kamatayan. Ito ang nararapat na pagdadalamhati, ayon ito sa katotohanan. Kung nadadama ninyo ang pagdadalamhati na tulad nito, maalab ninyong ipapanalangin ang kaharian ng Diyos. Hihilingin ninyo ang kabanalan at kapangyarihan para makapagligtas ng mas marami pang kaluluwa para palawakin ang kaharian ng Diyos. Ang pagdadalamhating tulad nito ay tinatanggap ng Diyos. Kung mayroon kayong espirituwal na pagdadalamhati, hindi mawawala ang galak sa puso ninyo. Magpapasalamat kayo at magsasaya, hindi kayo manghihina ni mawawalan ng pag-asa.

Ipinakita sa akin ng Diyos ang tirahan sa Langit ng isang taong nananalangin nang may matinding pagtangis para sa kaharian Niya at sa iglesya. Ang tahanan ng babaing ito ay may dekorasyong ginto, mamahaling mga hiyas, at malalaki at makikintab na perlas. Tumangis siya sa pananalangin para matularan ang Diyos, parang isang kabibi na nagbibigay ng buong lakas at luha sa paggawa ng perlas. Nagdalamhati siya habang idinadalangin ang kaharian ng Diyos at mga kaluluwa. Babayaran siya ng Diyos sa lahat ng panalangin niya na may pagluha. Kaya, magalak tayong palagi at manampalataya sa Diyos, magdalamhati tayo para sa kaharian ng Diyos at mga kaluluwa.

Maging positibo, magpakita ng kabutihan sa lahat ng bagay

Nang likhain ng Diyos ang unang nilalang na si Adan, binigyan Niya ito ng galak sa puso. Pero ang kagalakan sa puso ni Adan noong panahong iyon ay hindi katulad ng kagalakan na makakamit natin pagkatapos nating pagdaanan ang pangangalaga ng sangkatauhan dito sa mundo.

Si Adan ay isang buhay na nilalang, isang buhay na espiritu. Ibig sabihin wala siyang bahid ng laman kaya wala siyang ideya kung ano ang kalungkutan. Wala siyang pamantayan para maunawaan ang kahalagahan ng kagalakan. Ang mga nakakaunawa kung gaano kahalagang maging malusog ay ang mga maysakit, ang mga nakakaintindi ng tunay na kahalagahan ng kayamanan ay ang mga nakaranas ng kadukhaan.

Hindi naranasan ni Adan ang malungkot, kaya hindi niya natanto kung gaano kasaya ang buhay niya. Kahit tinatamasa niya ang buhay na walang hanggan, at ang kasaganahan ng Halamanan ng Eden, hindi lubos ang galak sa puso niya. Pero nang kumain siya mula sa punungkahoy ng pagkakilala ng mabuti at masama, nagkaroon ng bahid ng laman ang puso niya. Nawala ang galak na ibinigay ng Diyos sa kanya. Habang dumadaan siya sa maraming pasakit dito sa mundo, puno ng pighati, kalungkutan, hinagpis, sama ng loob, at pag-aalala ang kalooban niya.

Naranasan natin ang lahat ng klaseng pasakit dito sa mundo, at ngayon, dapat na nating bawiin ang espirituwal na kagalakan na nawala kay Adan. Para mangyari ito, dapat nating iwaksi ang laman, sundin sa lahat ng oras ang mga pagnanasa ng Banal na Espiritu, at ihasik ang binhi ng kagalakan at pagpapasalamat sa lahat ng bagay. Kung idadagdag natin dito ang positibong ugali, at susundin ang kabutihan, magbubunga tayo ng lubos na kagalakan.

Makakamit natin ang kagalakang ito kapag naranasan natin ang kaugnayan ng mga bagay sa isa't isa dito sa mundo, hindi tulad ni Adan na nanirahan sa Halamanan ng Eden. Nagmumula ang galak sa kaibuturan ng puso natin, hindi ito nagbabago. Dito sa mundo, naitanim na sa puso natin ang tunay na kaligayahang tatamasahin natin sa Langit. Paano natin maipapahayag ang kasiyahan natin kapag nagtapos na ang buhay natin dito sa mundo at patungo sa kaharian ng langit?

Sinasabi ng Lucas 17:21, *"At di rin nila sasabihin, 'Tingnan ninyo, naririto o naroroon!' Sapagkat masdan ninyo, ang kaharian ng Diyos ay nasa inyo."* Umaasa ako na magmamadali kayong magbunga ng kagalakan sa puso para lasapin ang Langit dito sa lupa upang makapagsulong ng buhay na puno ng kagalakan.

Laban sa mga Ito ay Walang Kautusan

Sa Mga Hebreo 12:14

"Pagsikapan ninyong magkaroon ng kapayapaan sa lahat at ng kabanalan na kung wala nito'y walang sinumang makakakita sa Panginoon."

Kabanata 4

Kapayapaan

Ang bunga ng kapayapaan
Para magbunga ng kapayapaan
Mahalaga ang mabubuting salita
Maging matalino sa pagtanggap ng opinyon ng ibang tao
Tunay na mapayapang kalooban
Mga biyaya para sa mga mapagpayapa

Kapayapaan

Hindi nakikita ang mga butil ng asin, pero kapag tumigas ito, nagiging parang maliliit na butil ng kristal ang mga ito. Natutunaw at binabago ng asin ang tubig, sangkap din ito na kinakailanagan sa pagluluto. Ang mga hindi nakikitang sangkap ng asin ay napakahalaga sa buhay ng isang tao, kahit kaunti lang.

Tulad ng asin na nagdadagdag ng lasa at nagpapanatiling sariwa ng pagkain, nais ng Diyos na isakripisyo natin ang sarili para makapagbigay ng magandang halimbawa, mapadalisay ang ibang tao, at magbunga ng kapayapaan. Pag-aralan natin ngayon ang isa pang bunga ng Banal na Espiritu, ang bunga ng kapayapaan.

Ang bunga ng kapayapaan

Hindi mapapanatili ng isang tao ang mapayapang relasyon sa iba habang mas pinahahalagahan niya ang sarili niya, kahit nananampalataya siya sa Diyos. Nagkakamali siya kung iisipin niyang tama ang mga ideya niya at hindi niya pinapansin ang opinyon ng ibang tao. Kahit natapos na ang botohan at nakapagdesisyon na ang nakakarami, magrereklamo sila. Hahanapin nila ang pagkukulang sa halip ng mga positibong bagay sa isang tao. Magsasalita at magkakalat din sila ng mga bagay na ikakasira ng ibang tao, dahil dito, lalayuan siya ng ibang tao.

Parang nakatuntong tayo sa tinik kapag kasama natin ang isang taong tulad nito, wala tayong kapayapaan. Palaging may mga problema, dalamhati, at pagsubok kung saan may mga taong lumalabag sa kapayapaan. Ang lagusan ng mga biyaya ay matatakpan at magkakaroon ng maraming kahirapan kung mawawala ang kapayapaan sa isang lugar, pamilya, trabaho, iglesya, o kahit na anong grupo.

Mahalaga ang papel na ginagampanan ng bidang babae o lalaki sa isang palabas. Pero mahalaga din ang ibang papel ng mga sumusuporta at ang ibang mga kasamahan sa produksyon. Ganito rin sa ibang organisasyon. Kahit parang hindi gaanong mahalaga ang ginagawa ng iba, kung gagawin nila ito nang maayos, matatapos nila ang gawain. Pwede na silang pagkatiwalaan sa mas malaking tungkulin sa darating na araw. Hindi dapat magyabang o magmalaki ang isang taong binigyan ng mahalagang trabaho. Kung tutulungan niya ang iba sa trabaho nila, mapayapa nilang matatapos ang gawain.

Sinasabi ng Mga Taga-Roma 12:18, *"Kung maaari, hanggang sa inyong makakaya, ay makipamuhay kayo nang mapayapa sa lahat ng mga tao."* At sa Mga Hebreo 12:14, *"Pagsikapan ninyong magkaroon ng kapayapaan sa lahat at ng kabanalan na kung wala nito'y walang sinumang makakakita sa Panginoon."*

Ang kapayapaang binabanggit dito ay pagtanggap ng opinyon ng ibang tao kahit tayo ang tama. Isang paraan ito para maging kumportable sila. Ito ay pagkakaroon ng bukas na kalooban at pagtanggap ng kahit na anong bagay hangga't ito ay nasa katotohanan. Ito ay pagtaguyod sa kapakanan ng ibang tao, walang itinatangi. Ito ay pagsisikap na hindi magkaroon ng kaaway sa pagpipigil na magsabi ng kasalungat na opinyon at paghahanap ng pagkukulang nila.

Hindi lang dapat sa pagitan ng mag-asawa, mag-ina o mag-ama, magkakapatid, magkakapit-bahay pananatilihin ng mga anak ng Diyos ang kapayapaan, kundi sa lahat ng tao. Hindi lang sa mga taong minamahal nila kundi sa mga taong kinaiinisan nila, mga taong nagpapahirap sa kanila. Mahalagang panatilihin ang kapayapaan sa iglesya. Hindi kikilos ang Diyos kung walang kapayapaan, pagkakataon ito para maakusahan tayo ni Satanas. At hindi tayo tatanggap ng papuri kung walang kapayapaan kahit gumawa tayo ng puspusan at tumupad ng mga dakilang layunin para sa kaharian ng Diyos.

Sa Genesis 26, pinanatili ni Isaac ang kapayapaan sa lahat ng tao kahit sa mga situwasyong sinubukan siya ng mga ito. Ito ay nangyari noong pumunta si Isaac sa lugar na tinitirahan ng mga Filisteo para makaiwas sa taggutom. Tumanggap siya ng malalaking biyaya mula sa Diyos. Nadagdagan ang bilang ng kawan niya at naging kahanga-hanga ang sambahayan niya. Kinainggitan siya ng mga Filisteo, pinuno nila ng lupa ang mga balon niya.

Hindi sapat ang ulan sa lugar na iyon, lalong-lalo na sa panahon ng tag-init, ni hindi umuulan. Ang mga balon ang inaasahan nila para mabuhay. Gayon pa man, hindi sila inaway ni Isaac. Lumipat siya ng lugar at naghukay ng ibang balon. Pagkatapos niyang maghanap at maghukay ng bagong balon, inangkin ito ng mga Filisteo. Hindi lumaban si Isaac, ibinigay niya ang mga balon. Lumipat siya sa ibang lugar, at naghukay ulit ng bagong balon.

Maraming beses naulit ang pangyayaring ito, pero tanging kabutihan ang ipinakita ni Isaac sa mga Filisteo. Biniyayaan siya ng Diyos na makakita ng balon saan man siya pumunta. Nasaksihan ng mga Filisteo ang mga pangyayari, natanto nila na kasama ni Isaac ang Diyos. Hindi na nila ulit ginambala ito. Kung nakipag-away si Isaac sa kanila dahil sa hindi makatarungang pagtrato ng mga ito sa kanya, naging magkaaway na sila, dapat niyang iwan ang lugar. Kahit pwede niyang ipagtanggol ang sarili sa isang patas at makatarungang paraan, hindi ito papakinggan ng mga Filisteo dahil may masamang balak sila, naghanap sila ng gulo at away. Kaya, kabutihan lang ang ipinakita ni Isaac sa kanila. Nagbunga siya ng kapayapaan.

Kung magbubunga tayo ng kapayapaan, kikilos ang Diyos, magiging mabuti ang lahat ng bagay para sa atin. Paano tayo magbubunga ng kapayapaan?

Para magbunga ng kapayapaan

Una, dapat may kapayapaan tayo sa Diyos

Ang pinakamahalagang bagay para maging mapayapa sa harapan ng Diyos ay huwag magtayo ng pader ng kasalanan sa pagitan ninyo. Kinain ni Adan ang bungang ipinagbawal, pinagtaguan niya ang Diyos dahil lumabag siya sa utos nito (Genesis 3:8). Dati, napakalapit niya sa Diyos, pero dahil sa kasalanan niya, lumayo at natakot siya sa Kanya. Hindi na siya mapayapa sa harapan nito.

Ganito rin tayo, kung kikilos tayo ayon sa katotohanan, magiging mapayapa tayo sa harapan ng Diyos, malakas ang loob nating humarap sa Kanya. Siyempre, para magkaroon tayo ng lubos at perpektong kapayapaan, dapat nating iwaksi ang lahat ng kasalanan at kasamaan mula sa puso natin at magpakabanal. Pero kahit hindi pa tayo perpekto, kung pagsisikapan nating kumilos ayon sa katotohanan ayon sa sukat ng pananampalataya natin, magiging mapayapa tayo sa harapan ng Diyos. Sa simula, hindi tayo agad magkakaroon ng perpektong kapayapaan, pero makakamit natin ito kung susundin natin ang kapayapaan Niya ayon sa sukat ng ating pananampalataya.

Isulong muna natin ang kapayapaan sa harapan ng Diyos, bago natin pagsikapang magkaroon ng kapayapaan sa ibang tao. Huwag tayong gumawa ng kahit na anong bagay laban sa katotohanan, habang pinagsisikapan nating magkaroon ng kapayapaan sa mga magulang, mga anak, asawa, kaibigan, o mga kasamahan sa trabaho. Ibig sabihin, huwag sirain ang kapayapaan sa Diyos para magkaroon ng kapayapaan sa kapwa.

Halimbawa, yuyukod ba tayo sa mga diyus-diyosan o lalabag ba tayo sa Araw ng Panginoon para maging mapayapa sa mga miyembro ng pamilya na hindi mananampalataya? Pansamantala lang ang kapayapaang makakamit natin dito dahil winasak natin ang kapayapaan sa harapan ng Diyos, nagtayo tayo ng pader ng kasalanan. Huwag tayong magkasala para magkaroon ng kapayapaan sa kapwa. At kung lalabagin natin ang Araw ng Panginoon para makadalo sa kasal ng isang kaibigan o kapamilya, ito ay pagwasak ng kapayapaan sa harapan ng Diyos. Hindi natin makakamit ang tunay na kapayapaan sa mga taong iyon.

Para magkaroon tayo ng tunay na kapayapaan sa kapwa, dapat tayong magbigay lugod sa Diyos. Itataboy Niya ang kaaway na diyablo at Satanas at babaguhin ang isip ng masasamang tao para magkaroon tayo ng kapayapaan sa bawat tao. Sinasabi ng Mga Kawikaan 16:7, *"Kapag ang mga lakad ng tao sa PANGINOON ay kasiya-siya, Kanyang pinagkakasundo maging ang mga kaaway niya."*

Baka magpatuloy pa rin sa panggugulo sa atin ang ibang tao kahit nagsisikap tayo ayon sa katotohanan. Kung magpapatuloy tayo at hindi magbabago, kikilos ang Diyos para sa kabutihan ng lahat ng bagay. Parang pangyayari sa pagitan ni David at Saul. Dahil sa inggit at selos ni Saul, tinangka niyang patayin si David. Pero hanggang sa huli, kabutihan ang ipinakita ni David kay Saul. Nagkaroon ng maraming pagkakataon si David para patayin si Saul, pero pinili niyang maging mapayapa sa harapan ng Diyos at magpakita ng kabutihan. At sa wakas, niloob ng Diyos na maging hari si David dahil sa kanyang kabutihan.

Pangalawa, dapat may kapayapaan tayo sa sarili

Para magkaroon tayo ng kapayapaan sa sarili, iwaksi natin ang lahat ng klase ng kasamaan at magpakabanal. Hangga't may kasamaan ang puso natin, lalabas ito ayon sa situwasyon, mawawasak ang kapayapaan. Baka iniisip nating mapayapa tayo kung maayos ang lahat ng bagay ayon sa inaasahan, pero nawawala ang kapayapaan kapag magulo ang mga bagay, may epekto ito sa masamang kalooban natin. Hindi tayo mapapalagay kapag matindi ang galit at poot sa puso natin. Pero magiging payapa ang puso natin kung pipiliin natin ang katotohanan sa lahat ng situwasyon.

Gayon pa man, may mga taong hindi mapayapa kahit sinisikap nilang mabuhay ayon sa katotohanan para magkaroon ng kapayapaang mula sa Diyos. Ang dahilan nito ay ang pagmamalinis at mga sariling saloobin at pananaw.

Halimbawa, may mga taong hindi mapayapa dahil nakagapos sila sa Salita ng Diyos. Parang si Job, bago siya dumaan sa pagsubok. Mapanalanginin siya at pinagsisikapan niyang isabuhay ang Salita. Pero ginawa niya ito dahil natatakot siyang maparusahan at magantihan ng Diyos hindi dahil sa pagmamahal niya sa Diyos. At kung hindi nila sinasadyang sumuway sa katotohanan, natatakot sila na baka makaranas sila ng hindi magandang pangyayari sa buhay nila.

Napakalungkot nila kahit masigasig sila sa pagsasabuhay ng katotohanan! Dahil dito, humihinto ang paglago ng espiritu nila o kaya nawawala ang galak ng puso nila. Nagdurusa sila dahil sa kanilang pagmamalinis at mga sariling saloobin at pananaw. Dapat nilang hubugin at palaguin ang pagmamahal nila sa Diyos sa halip na tumuon sa pagsunod sa kautusan. Tatamasa ng tunay na kapayapaan ang isang tao kung minamahal niya ang Diyos ng buong puso at binabatid ang pag-ibig Niya.

Mayroon pang isang halimbawa, may mga taong hindi mapayapa ang kalooban dahil sa negatibong pag-iisip. Sinisikap nilang isabuhay ang katotohanan, pero kung hindi nila makukuha ang resultang gusto nilang makuha, hinahatulan at sinasaktan nila ang sariling damdamin. Nagsisisi sila sa harapan ng Diyos, at pinanghihinaan sila ng loob. Iniisip nilang marami nawala sa kanila. Nawawalan sila ng kapayapaan dahil iniisip nilang baka nabibigo ang ibang tao sa kanila. Natatakot sila na baka iwanan sila ng mga ito.

Dapat maging espirituwal ang mga taong tulad nito. Simple lang mag-isip ang mga anak na espirituwal na nagtitiwala ng lubos sa pag-ibig ng mga magulang nila. Kahit magkamali sila, hindi nila pinagtataguan ang mga magulang nila, lalapit sila sa kandungan ng mga ito at sasabihing mas pagbubutihin nila sa susunod. Kung gagawin nila ito, mapapawi ang galit ng mga magulang nila, mapapangiti na lang ang mga ito.

Siyempre, hindi lang dapat sabihing pagbubutihin na ninyo sa susunod, tapos uulitin ang pagkakamali. Kung totoong gusto ninyong talikuran ang mga kasalanan at maging mabuti, bakit kayo tatalikuran ng Diyos? Ang mga taong totoong nagsisisi ay hindi nanghihina ang loob at nabibigo kahit ano pa ang sabihin ng ibang tao. Totoong mapaparusahan din sila, o pansamantalang ilalagay sa lugar na dapat nilang kalagyan ayon sa katarungan. Gayon pa man, kung nakakatiyak sila sa pag-ibig ng Diyos para sa kanila maluwag nilang tatanggapin ang kaparusahan, hindi nila papansinin ang mga pananaw at komento ng ibang tao.

Hindi natutuwa ang Diyos sa mga taong palaging nag-aalinlangan, iniisip na hindi sila pinapatawad sa mga kasalanan nila. Kung totoong nagsisi at tumalikod sila sa masasamang gawain, natutuwa ang Diyos kung pagtitiwalaan nilang pinatawad na sila. Kahit magkaroon ng mga pagsubok dahil sa mga kasalanan, magiging pagpapala ang mga ito kung tatanggapin nila ito nang may kagalakan at pagpapasalamat.

Samakatwid, magtiwala tayo na iniibig tayo ng Diyos kahit hindi pa tayo perpekto. Dadalisayin Niya tayo kung ipagpapatuloy natin ang pagbabago ng ating mga sarili. At kung nanghihina tayo dahil sa mga pagsubok, magtiwala lang tayo sa Diyos na magbibigay sa atin ng panibagong lakas. Huwag tayong mainip na marinig ang papuri ng mga tao. Kung ipagpapatuloy natin ang paggawa ng tapat, mapapayapa ang kalooban natin at magiging malakas ang ating espiritu.

Pangatlo, maging mapayapa sa lahat ng tao

Kailangan nating magsakripisyo para maging mapayapa sa kapwa tao, kahit ibigay pa natin ang sariling buhay. Sinabi ni

Pablo, "Ako'y namamatay araw-araw", tulad ng sinabi niya, huwag nating ipilit ang sa atin, ang mga papanaw natin, at ang mga gusto natin, para maging mapayapa ang pakikitungo sa ibang tao.

Hindi dapat magaspang ang kilos natin, at huwag tayong magyabang. Maging mapagpakumbaba tayo at sikapin nating bigyan ng lakas ng loob ang ibang tao. Dapat wala tayong kinakampihan, at dapat nating tanggapin ang paraan ng ibang tao kung nasa katotohanan ito. Huwag tayong mag-isip ayon sa sukat ng pananampalataya natin, kundi ayon sa opinyon ng ibang tao. Pakinggan natin ang opinyon nila, kahit tama at mas magaling ang sa atin.

Pero hindi ito nangangahulugan na papabayaan na natin silang gawin ang mga bagay na gusto nila, at sundin ang paraan nila kahit papunta ito sa kamatayan dahil sa kasalanan. Hindi tayo dapat makipagkasundo o sumama sa kanila sa paggawa ng kasamaan. Payuhan natin sila at pagsabihan nang may pagmamahal. Tatanggap tayo ng malalaking pagpapala kung isusulong natin ang kapayapaan ayon sa katotohanan.

Susunod, para maging mapayapa sa lahat ng tao, huwag nating ipilit ang sariling pagmamalinis at mga sariling saloobin o pananaw. Tinutukoy nito ang mga bagay na inaakala nating tama ayon sa personalidad, mga bagay na pinapahalagahn, at kagustuhan. Ang 'pagmamalinis' dito ay tumutukoy sa sariling opinyon, paniniwala, at mga ideya na iniisip nating mas magaling o mahusay kaysa sa ibang tao. Lumalabas sa iba't ibang paraan ang mga saloobin o pananaw at pagmamalinis sa buhay natin.

Paano kung sinuway ng isang tao ang mga tuntunin ng

kumpanya para masabing tama ang ginawa niya dahil ipinalagay niyang mali ang mga tuntunin? Baka iniisip niyang tama ang ginagawa niya, pero mali ito sa paningin ng boss at mga katrabaho niya. Tamang sundin ang opinyon ng ibang tao kung ayon ito sa katotohanan at walang halong kasamaan.

May kanya-kanyang personalidad ang bawat tao dahil lumaki sila sa magkakaibang kapaligiran. Iba-iba ang nakuha nilang edukasyon at sukat ng pananampalataya. Iba-iba ang pamanatayan nila ng paghusga ng tama o mali, mabuti at masama. Pwedeng isipin ng isang taong tama ang isang bagay pero mali para sa iba.

Pag-usapan nating ang relasyon sa pagitan ng mag-asawa bilang halimbawa. Gusto ng lalaki na palaging maayos ang bahay, pero hindi ito sinusunod ng babae. Sa simula, tinitiis ito ng lalaki, mahal niya ang asawa niya, siya ang naglilinis. Pero dahil palagi na lang ganito ang nangyayari, nayayamot na ang lalaki. Iniisip nito na hindi ito naturuang maging malinis habang lumalaki. Iniisip nito kung bakit hindi magawa ng asawa niya ang napakasimple at tamang bagay. Hindi niya maunawaan kung bakit hindi nagbabago ang ugali ng asawa niya kahit matagal na niyang pinapayuhan at pinapaalalahanan.

Sa kabilang banda, may masasabi din ang babae. Naiinis siya sa asawa niya dahil iniisip niyang, "Hindi ako nabubuhay para lang maglinis at magtrabaho sa bahay. Kung hindi ko nagagawa ito, dapat naman, siya na ang gumawa. Bakit panay ang reklamo niya? Dati, pumapayag siyang gumawa ng kahit anong bagay para sa akin, pero ngayon inirereklamo niya pati ang maliliit na bagay. Ginagawa pa niyang dahilan ang pinag-aralan ko!" Kung ipipilit nila sa isa't isa ang opinyon at kagustuhan nila, hindi sila mapapayapa. Magkakaroon sila ng kapayapaan kung paglilingkuran at papahalagahan nila ang pananaw ng isa't isa at hindi iisipin ang sariling saloobin.

Sinasabi sa atin ni Jesus na kung magbibigay tayo ng kaloob sa Diyos, habang mayroon tayong sama ng loob sa ating kapatid, makipagkasundo muna tayo sa kanya, saka kayo bumalik para maghandog (Maeto 5:23-24). Tatanggapin ng Diyos ang kaloob natin kung makikipagkasundo muna tayo sa ating kapatid.

Ang mga may kapayapaan sa harapan ng Diyos at sa sarili ay hindi magkakaroon ng hindi pagkakaintindihan sa ibang tao. Hindi sila makikipag-away kahit kanino dahil iwinaksi na nila ang kasakiman, kayabangan, kapalaluhan, pagmamalinis, at mga sariling saloobin at pananaw. Kahit masasama at nanggugulo ang ibang tao, magsasakripisyo sila at makikipagkasundo.

Mahalaga ang mabubuting salita

May dalawang bagay tayong dapat isaalangalang kung gusto nating magsulong ng kapayapaan. Napakahalagang gumamit ng mabubuting salita para mapanatili ang kapayapaan. Sinasabi ng Mga Kawikaan 16:24, *"Ang kaaya-ayang mga salita ay parang pulot-pukyutan, katamisan sa kaluluwa at sa katawan ay kalusugan."* Nagbibigay ng lakas ng katawan at tapang ang mabubuting salita sa mga nanghihina. Ito ay gamot na nagpapagaling sa mga naghihingalong kaluluwa.

Sa kabilang banda, ang kapayapaan ay sinisira ng masasamang salita. Nang pumalit sa trono ni Haring Solomon ang anak niyang si Rehoboam, hiniling ng mga mamamayan mula sa sampung tribo na bawasan ng hari ang mabibigat nilang gawain. Sumagot ang hari, *"Pinabigat ng aking ama ang pasanin ninyo, ngunit aking dadagdagan pa. Pinarusahan kayo ng aking ama ng mga latigo, ngunit parurusahan ko kayo ng mga alakdan"* (2 Mga Cronica 10:14). Dahil sa mga sinabi niya, lumayo ang loob ng mga tao sa kanya. Sa bandang huli, nahati sa dalawa ang bansa.

Napakalaki ng kapangyarihan ng dila kahit napakaliit nito. Parang maliit na ningas ito na pwedeng magliyab at makakasunog kung hindi mababantayan. Dahil dito, sinasabi ng Santiago 3:6, *"At ang dila'y isang apoy. Ang dila na kasama ng ating mga sangkap ay isang sanlibutan ng kasamaan. Dinudungisan nito ang buong katawan, at sinusunog ang pag-inog ng kalikasan, at ito mismo ay sinusunog ng impiyerno."* At sa Mga Kawikaan 18:21 sinasabi, *"Ang kamatayan at ang buhay ay nasa kapangyarihan ng dila; at ang umiibig sa kanya ay kakain ng kanyang mga bunga."*

Kung maglalabas tayo ng sama ng loob o magrereklamo dahil sa magkaibang opinyon, ibig sabihin, may galit sa puso natin, kaya nagkakaroon ng pagkakataon ang kaaway na diyablo at Satanas para mag-akusa sa atin. Magkaiba ang nagkikimkim ng sama ng loob at ang pagsasalita tungkol dito. Iba ang pagtatago ng isang bote ng tinta sa bulsa kaysa sa pagbubukas ng takip ng isang bote ng tinta at pagtatapon ng laman. Kung itatapon ninyo ang laman, mamamatsahan kayo at ang mga tao sa paligid ninyo.

Parang ganito rin ang nangyayari kapag naglilingkod kayo sa gawain ng Diyos. Maaaring magreklamo kayo kapag hindi sinusunod ang mga ideya ninyo. Susulsulan naman kayo ng mga taong sumasang-ayon sa inyo. Kapag naging dalawa o tatlo kayong nagkakasundo sa iisang ideya, nabubuo ang 'sinagoga ni Satanas.' Mawawala ang kapayapaan sa iglesya, hihinto ang paglago nito. Kaya dapat mabubuting bagay lang ang makita, marinig, at sabihin natin (Efeso 4:29). Ni hindi rin dapat natin pakinggan ang mga salitang hindi totoo at hindi mabuti.

Maging matalino sa pagtanggap ng opinyon ng ibang tao

Ang pangalawang bagay na dapat nating isaalang-alang ay tungkol sa isang taong nakikipag-away sa inyo wala naman kayong sama ng loob sa isa't isa. Isipin ninyo kung kasalanan niya ito. Kung minsan kayo ang may kasalanan kaya nagkakaroon ng away pero hindi ninyo napapansin.

Baka nasasaktan ninyo ang damdamin ng ibang tao dahil wala kayong konsiderasyon o hindi maganda ang pananalita o ugali ninyo. Kung iniisip ninyong wala kayong itinatagong galit sa taong iyon, pwede kayong makipagkasundo sa kanya o tanggapin ang pagkakamali para makapagbago. Suriin ninyo kung totoong may kapayapaan kayo sa taong iyon.

Sa usapin naman tungkol sa isang lider, pinapanatili niya ang kapayapaan, pero nahihirapan naman ang mga kasamahan niya sa trabaho. Hindi nila masabi sa mga boss nila kung ano ang totoong nararamdaman nila, itinatago na lang nila ito. Titiisin na lang nila ito at itatago ang sakit ng damdamin.

Mayroong isang napabalitang pangyayari tungkol kay Punong

Ministro Hwang Hee ng Chosun Dynasty. May nakita siyang magsasaka na nagbubungkal ng lupain gamit ang dalawang bakang lalaki o toro. Pasigaw na tinanong ng punong ministro ang magsasaka, "Alin sa dalawang toro ang mas masipag?" Hinawakan ng magsasaka ang braso ng punong ministro at niyaya ito sa mas malayong lugar. Bumulong ito sa tainga ng punong ministro, "Tinatamad kung minsan ang itim, pero ang dilaw ay masipag." "Bakit kailangan mo pa akong dalhin dito para ibulong ang sagot mo tungkol sa mga toro?" nakangiting tinanong ni Hwang Hee ang magsasaka. Sumagot ito, "Kahit mga hayop, hindi gustong marinig ang hindi magandang sasabihin tungkol sa kanila." Dahil dito, nabatid ni Hwang Hee ang pagkakamali niya.

Paano kung naintindihan ng mga toro ang sinabi ng magsasaka? Baka magmayabang ang dilaw na toro, at baka magselos ang itim na toro, bibigyan pa nito ng problema ang dilaw na toro o kaya baka panghinaan ng loob ang itim, at mas lalong tamarin.

Dahil sa kwentong ito, natutuhan nating isaalang-alang ang damdamin kahit ng mga hayop. Maging maingat tayo sa pagsasalita o pagkilos na magpapakita ng pagtatangi. Kung may pagtatangi, may pagseselos at pagmamayabang. Halimbawa, kung pupurihin ninyo o pagsasabihan ang isang tao sa harapan ng maraming tao, sinisimulan ninyo ang pagaaway-away. Dapat maging matalino at maingat kayo para hindi maging ugat ng ganitong problema.

May mga taong nagdurusa dahil sa pagtatangi at diskriminasyon ng mga boss nila. Pero kapag sila na ang naging boss, ganoon din ang gagawin nila. Kung nagdusa tayo sa ganitong kalakaran, maging maingat na tayo sa mga sasabihin at gagawin natin para hindi magkaroon ng problema.

Tunay na mapayapang kalooban

Ang isa pang bagay na dapat nating pag-isipan para makamit ang kapayapaan ay ang tunay na kapayapaan na nagmumula sa kaibuturan ng puso. Kahit ang mga taong walang kapayapaan sa sarili o sa harapan ng Diyos ay pwedeng maging mapayapa sa kapwa. Palaging naririnig ng mga mananampalataya na huwag makipag-away, kaya nakakapagtimpi sila ng sama ng loob. Hindi nila aawayin ang mga taong may ibang opinyon. Pero hindi nangangahulugang ibinunga na ninyo ang kapayapaan kung wala kayong mga kaaway. Ang bunga ng Espiritu ay nagmumula sa kaibuturan ng puso hindi sa pang-ibabaw.

Halimbawa, kung hindi kayo kilala o pinaglingkuran ng isang tao, sasama ang loob ninyo pero hindi ninyo ipapakita sa kanya. Iisipin ninyo, 'Dapat dagdagan ko pa ang pasensya ko!' Susubukan ninyo pagsilbihan ang taong ito.

Ipagpalagay nating nangyari ulit ito, maiipon ang sama ng loob ninyo. Hindi ninyo masabi ang sama ng loob ninyo sa taong iyon dahil mayabang kayo, magpaparinig na lang kayo ng masasakit na salita sa kanya. Ipapahayag ninyo nang hindi tuwiran ang saloobin ninyong umuusig sa inyo. Kung minsan, hindi ninyo nauunawaan ang ibang tao, pinipigilan nito ang pagiging mapayapa ninyo sa isa't isa. Tumatahimik na lang kayo dahil natatakot kayong makipag-away sa kanila kung magsasagutan pa kayo. Kaya hindi na lang ninyo kakausapin ang taong ito. Pero iniisip ninyong, 'Masama siya, ipinipilit niya ang sarili niya, ayaw ko siyang kausapin.'

Hindi kayo nakikipag-away pero hindi rin maganda ang pakikitungo ninyo sa taong iyon. Hindi kayo sumasang-ayon sa mga opinyon niya, ayaw ninyo na makasama siya. Sasabihin pa ninyo sa ibang tao ang mga reklamo ninyo tungkol sa mga pagkukulang niya. Binabanggit ninyo na hindi kayo mapalagay sa taong iyon, "Masamang tao siya. Paano kaya siya naiintindihan ng iba at inuunawa ang mga ginawa niya. Pero dahil gusto kong magpakita ng kabutihan, pinakikisamahan ko siya." Siyempre, mas mabuti na rin na magpakita ng kabutihan kaysa mang-away.

Pero para ipakita ang tunay na kapayapaan, dapat itong magmula sa puso. Huwag ninyong hangarin na paglingkuran kayo, sa halip, kayo ang maglingkod. Hanapin ninyo ang mga bagay na makakabuti sa ibang tao.

Huwag magpanggap na nakangiti habang nanghuhusga ng kapwa. Unawain ninyo ang pananaw ng ibang tao. Makakakilos ang Banal na Espiritu kung gagawin ninyo ito. Maaantig ang damdamin nila sa paraang ito kahit makasarili sila. Gugustuhin nilang magbago. Kung mayroong pagkukulang ang bawat isa, dapat nakahanda silang tanggapin ang pagkukulang nila. Sa bandang huli, magkakaroon sila ng tunay na kapayapaan, maiibahagi nila ang tunay na damdamin nila.

Mga biyaya para sa mga mapagpayapa

May kapangyarihang magtaboy ng kadiliman ang mga taong may kapayapaan sa harapan ng Diyos, sa kanilang sarili, at sa lahat ng tao. Pwede nilang makamit ang kapayapaan sa paligid nila. Nakasulat sa Mateo 5:9, *"Mapapalad ang mga mapagpayapa, sapagkat sila ay tatawaging mga anak ng Diyos."* May kapangyarihan sila bilang mga anak ng Diyos, ang kapangyarihan ng Liwanag.

Halimbawa, bilang isang lider ng iglesya, pwede ninyong tulungan ang mga mananampalataya na magbunga ng kapayapaan. Ibig sabihin, pwede ninyong ibigay sa kanila ang Salita ng katotohanan dahil may awtoridad kayo at kapangyarihan. Pwede na nilang layuan ang mga kasalanan at gibain ang pagmamalinis at mga sariling saloobin at pananaw. Kapag may nabuong sinagoga ni Satanas na naglalayo sa mga miyembro sa isa't isa, pwede ninyong gibain ito sa pamamagitan ng kapangyarihan ng Salita. Magdadala ito ng kapayapaan sa iba-ibang tao.

Sinasabi ng Juan 12:24, *"Katotohanang sinasabi ko sa inyo, maliban na ang butil ng trigo ay mahulog sa lupa at mamatay, ito ay mananatiling nag-iisa. Ngunit kung ito'y mamatay, ay nagbubunga ng marami."* Nagsakripisyo si Jesus at namatay para magkaroon ng kapayapaan ang mga tao sa harapan ng Diyos. Dahil dito, ang Panginoon ay naging Hari ng mga hari, at Panginoon ng mga panginoon. Tumanggap Siya ng dakilang karangalan at kaluwalhatian.

Magkakaroon tayo ng masaganang ani kung magsasakripisyo tayo. Nais ng Diyos Ama na magsakripisyo ang mga minamahal na anak Niya at 'mamatay na parang trigo' para mamunga sila ng masagana tulad ni Jesus. Sinabi din ni Jesus sa Juan 15:8, *"Sa pamamagitan nito'y naluluwalhati ang Aking Ama, na kayo'y magbunga ng marami, at maging mga alagad Ko."* Sinabi, sundin natin ang hangarin ng Banal na Espiritu na magbunga ng kapayapaan, at magdala ng maraming kaluluwa sa daan patungo sa kaligtasan.

Sinasabi ng Sa Mga Hebreo 12:14, *"Pagsikapan ninyong magkaroon ng kapayapaan sa lahat at ng kabanalan na kung wala nito'y walang sinumang makakakita sa Panginoon."* Kahit walang alinlangan na tama kayo, kung hindi naman mapalagay ang mga tao dahil sa inyo, may awayan at hindi pagkakaunawaan, mali ito sa mata ng Diyos. Dapat ninyong suriin ang sarili. Pagkatapos, magiging banal kayo at walang halong kasamaan, nakikita ang Panginoon. Umaasa ako na tatamasahin ninyo ang espirituwal na kapangyarihan sa mundong ito dahil tinatawag kayong mga anak ng Diyos. Nawa ay makarating kayo sa marangal na lugar sa Langit kung saan makikita ninyo ang Panginoon sa lahat ng oras.

Santiago 1:4

"At inyong hayaan na malubos ng pagtitiis ang gawa nito, upang kayo'y maging sakdal at ganap, na walang anumang kakulangan."

Laban sa mga Ito ay Walang Kautusan

Kabanata 5

Pagtitiyaga

Hindi dapat pagtiisan ang pagtitiyaga
Ang bunga ng pagtitiyaga
Pagtitiyaga ng mga Ama ng pananampalataya
Pagtitiyaga para makarating sa kaharian ng Langit

Pagtitiyaga

Kadalasan, ang kasiyahan natin sa buhay ay nakasalalay sa pagtitiyaga natin o hindi. Kung minsan, sa relasyon ng mga magulang at mga anak, mga mag-asawa, mga magkakapatid, magkakaibigan, nakakagawa ng mga bagay na pagsisisihan dahil hindi nagtiyaga. Ang tagumpay at kabiguan ng ating pag-aaral, trabaho, o negosyo, ay maaaring nakadepende din sa pagtitiyaga natin. Ang pagtitiyaga ay napakahalagang bahagi ng buhay natin.

Magkaiba ang espirituwal na pagtitiyaga at ang pagtitiyagang nasa isipan ng makamundong tao. Nagtitiyaga nang may pagtitiis ang mga tao dito sa mundo, pero ito ay makalamang klase ng pagtitiyaga. Kung masama ang loob nila, nagdurusa sila dahil itinatago nila ito. Nangangalit sila o hindi na lang kakain. Sa bandang huli, nagiging nerbiyoso na sila o nagkakaroon ng depresyon. Sabi nila, lalago ang pasensiya ng isang taong marunong magpigil ng damdamin. Pero hindi ito espirituwal na pagtitiyaga.

Hindi dapat pagtiisan ang pagtitiyaga

Ang espirituwal na pagtitiyaga ay hindi pagtitiyaga sa kasamaan kundi sa kabutihan. Kung nagtitiyaga kayo nang may kabutihan, mapapagtagumpayan ninyo ang kahirapan nang may pagpapasalamat at pag-asa. Ito ay paraan para magkaroon ng malawak at bukas na kalooban. Sa kabaliktaran, kung pinagtitiyagaan ninyo ang kasamaan, maiipon ang mga sama ng loob ninyo. Magiging magaspang ang kalooban ninyo.

Ipagpalagay nating isinusumpa kayo ng isang tao, pinapasakitan kayo nang walang dahilan. Nasasaktan ang damdamin ninyo, pakiramdam ninyo, biktima kayo. Kinikimkim ninyo ang galit dahil iniisip ninyo ang sinasabi sa Salita ng Diyos na dapat magtiyaga. Pero dahil pinipigilan ninyo ang paglabas ng galit ninyo, namumula ang mukha ninyo, humihinga kayo nang mas mabilis, at nagtitimpi kayo para mapigilan ang saloobin at emosyon ninyo. Kung ganito kayong magpigil ng damdamin ninyo, lalabas din ito kapag mas lumala ang situwasyon. Ang pagtitiyagang tulad nito ay hindi espirituwal.

Kung mayroon kayong espirituwal na pagtitiyaga, hindi mababagabag ng kahit na anong bagay ang kalooban ninyo. Kahit akusahan kayo ng mali, pinapapanatag ninyo ang ibang tao, iisipin ninyo na nagkaroon lang ng hindi pagkakaunawaan. Kung ganito ang nilalaman ng puso ninyo, hindi ninyo kailangang magtiyaga o magpatawad ng kahit sino. Bibigyan ko kayo ng isang halimbawa.

May isang bahay na magdamag na nakabukas ang ilaw isang napakalamig na gabi. Maysakit ang sanggol na nakatira doon, umaabot ng 40 ang lagnat nito. Binasa ng malamig na tubig ng ama ang t-shirt niya bago kargahin ang sanggol. Nabatid ng ama na ayaw ng sanggol magpabalot sa malamig na tuwalya. Mas napapalagay ito kapag karga siya ng ama, kahit malamig ang suot na t-shirt.

Kapag nawala ang lamig ng t-shirt dahil sa lagnat ng sanggol, babasain muli ito ng ama ng malamig na tubig. Ginawa ito ng ama ng ilang beses hanggang sa mag-uumaga. Parang hindi siya napagod. Pinagmasdan niya ang sanggol na natutulog sa yakap niya nang may buong pagmamahal. Ligtas ito sa yakap niya.

Hindi siya nagreklamo na pagod at gutom siya kahit gising siya buong gabi. Ni hindi niya inisip ang sarili. Nakatuon ang buong atensyon niya sa kanyang sanggol na lalaki, at kung paano niya papagaanin at papagalingin ang pakiramdam nito. Nang gumaling ang sanggol, hindi niya inisip ang sakripisyong ginawa niya. Kapag mahal natin ang isang tao, pagtitiyagaan natin ang hirap at bigat ng dalahin. Magtitiyaga tayo sa kahit na anong bagay. Ito ang espirituwal na kahulugan ng 'pagtitiyaga.'

Ang bunga ng pagtitiyaga

Mababasa natin ang 'pagtitiis' sa 1 Mga Taga-Corinto 13, ang Kabanata ng Pag-ibig. Ito ay tungkol sa pagtitiis para mapalago ang pag-ibig. Halimbawa, sinasabi dito na hindi ipinipilit ng pag-ibig ang sariling kagustuhan. Para unahin kung ano ang mas makakabuti sa kapwa ayon sa salita, at isuko ang bagay na gusto natin, mahaharap tayo sa mga situwasyon na kinakailangan nating magtitiis. Ang pagtitiis na binabanggit sa Kabanata ng Pag-ibig ay ang pagtitiis na nagpapalago ng pag-ibig.

Pero ang pagtitiyaga bilang isa sa mga bunga ng Banal na Espiritu ay pagtitiyaga sa lahat ng bagay. Ang pagtitiyagang ito ay mas mataas ang antas kaysa sa pagtitiyaga sa espirituwal na pag-ibig. May mga pagdurusa kapag nagsisikap tayong makamit ang mga layunin, maging ito ay para sa kaharian ng Diyos o para sa personal na pagpapabanal. Mayroon itong pagtangis at pagpapagod, inuubos nito ang lakas natin. Pero pwede nating pagtiyagaan ang pagtitiis sa pamamagitan ng pananampalataya at pag-ibig dahil inaasahan natin ang bunga na ating aanihin. Ang ganitong klaseng pagtitiyaga ay ang pagtitiyaga bilang isa sa mga bunga ng Banal na Espiritu. May tatlong aspeto ang pagtitiyagang ito.

Una: Pagtitiyaga para baguhin ang kalooban

Kung mas maraming kasamaan sa puso natin, mas mahirap maging matiyaga. Kung magagalitin, mayabang, masiba, mapagmalinis, makasarili tayo, madaling iinit ang ulo natin at sasama ang loob natin. Lalabas ito kahit sa maliliit na bagay.

Mayroong isang miyembro ng iglesya na kumikita ng 15,000 dolyar. May isang buwan na kumita siya ng mas maliit kaysa dati. Galit siyang nagreklamo sa Diyos. Hindi nagtagal, inamin niya na hindi siya nagpasalamat sa magandang buhay na tinatamasa niya. Inamin niya na masiba ang puso niya.

Dapat tayong magpasalamat sa lahat ng bagay na ibinibigay sa atin ng Diyos, kahit hindi gaano kalaki ang perang kinikita natin. Huwag nating bigyan ng pagkakataong lumago sa puso natin ang kasakiman para tumanggap tayo ng mas maraming biyaya mula sa Diyos.

Habang iwinawaksi natin ang kasamaan at nagpapakabanal, mas nagiging madaling magtiyaga. Pagtiyagaan natin nang tahimik ang mahihirap na situwasyon. Unawain at patawarin natin ang ibang tao, hindi na natin kailangang magtimpi.

Sinasabi ng Lucas 8:15, *"At ang nahulog sa mabuting lupa ay sila na pagkatapos marinig ang salita, ay iningatan ito sa isang tapat at mabuting puso at nagbubunga na may pagtitiyaga."* Ibig sabihin, tulad ng mabuting lupa, ang mga mayroong mabuting kalooban ay nagtitiyaga hanggang magkaroon sila ng mabuting bunga.

Gayon pa man, kinakailangan nating maging matatag at pagsikapan na baguhin ang puso natin para maging mabuting lupa ito. Hindi tayo basta na lang magiging banal dahil gusto nating maging banal. Dapat tayong maging masunurin sa katotohanan sa pamamagitan ng maalab na pananalangin nang buong puso at pag-aayuno. Dapat nating ihinto ang mga bagay na dati nating tinatangkilik, at kung mayroong mga bagay na hindi makakatulong sa atin, iwaksi natin ito. Huwag tayong huminto sa kalagitnaan o sumuko, pagkatapos sumubok ng ilang beses. Gawin natin ang lahat ng makakaya nang may disiplina at ayon sa Salita ng Diyos hanggang anihin natin ng lubos ang bunga ng pagpapakabanal at matupad ang layunin.

Ang pinakasukdulang destinasyon ng pananampalataya natin ay ang kaharian ng langit, at siyempre, ang pinakamagandang tirahan, ang Bagong Jerusalem. Ipagpatuloy natin ang pagiging masigasig at matiyaga hanggang sa marating natin ang ating pupuntahan.

Kung minsan, may makikita tayong mga taong bumabagal sa pagpapakabanal ng puso pagkatapos magsulong ng masigasig na buhay bilang Cristiano.

Mabilis ang pagwaksi nila ng 'mga gawain ng laman' dahil ito ang mga kasalanan na nakikita. Pero mabagal sila sa pagwaksi ng 'mga bagay ng laman' dahil ito ay mga kasalanang hindi nakikita, nasa puso at isipan lang ang mga ito. Kapag nakita nila ang kasinungalingan sa puso nila, maalab ang pananalangin nila para maiwaksi ang mga ito, pero pagkalipas ng mga ilang araw, nakakalimutan na nila ito. Kung gusto ninyong magtanggal ng damo, huwag lang dahon ang bunutin ninyo, dapat ninyong tanggalin pati ang mga ugat. Pareho ito sa pagtanggal ng makasalanang likas. Dapat kayong manalangin at magbago ng kalooban hanggang sa huli, hanggang sa mabunot ang ugat ng kasalanan.

Noong bago pa lang akong mananampalataya, idinalangin ko na maiwaksi ko ang ilang kasalanan dahil nalaman ko habang binabasa ko ang Biblia na napopoot ang Diyos sa galit, mainiting ulo, at kayabangan. Hindi ko magawang iwaksi ang galit at sama ng loob mula sa puso ko dahil ginagawa ko ito ayon sa sarili kong pananaw o paraan. Pero sa tulong ng pananalangin, binigyan ako ng Diyos ng pagpapalang unawain ang pananaw ng ibang tao. Nawala lahat ng sama ng loob at galit ko sa kanila. Natuto akong magtiyaga habang iwinawaksi ko ang galit. Noong akusahan ako ng mali, nagtimpi ako, hindi ako nagsalita. Noong una, nahirapan akong magpigil ng galit, pero hindi ako huminto sa pagsisikap, dahan-dahang nawala ang galit at inis ko. Sa bandang huli, kahit nakakagalit ang situwasyon, nagtitimpi ako.

Sa palagay ko, tumagal ng tatlong taon bago ko naiwaksi ang kayabangan. Noong bagong mananampalataya pa lang ako, ni hindi ko naiisip kung ano ang kayabangan, pero idinalangin ko na maiwaksi ko ito. Hindi ako huminto sa pananalangin tungkol dito, sinuri ko ang sarili ko habang nananalangin. Dahil dito, nagawa kong irespeto at igalang kahit ang mga taong mas mababa kaysa sa akin sa maraming aspeto. Hindi nagtagal, pinaglingkuran ko ang ibang mga pastor nang may respeto at paggalang, lider man sila o baguhan pa lang sa pagpapastor. Pagkatapos ng matiyagang pananalangin sa loob ng tatlong taon, natanto ko na hindi na ako mapagmataas. Hindi ko na kailangang ipanalangin ang tungkol dito.

Kung hindi ninyo bubunutin ang ugat ng likas na kasalanan,

ang ugaling ito ay lalabas kapag may matinding situwasyon. Baka mabigo kayo kapag natanto ninyo na nasa kalooban pa ninyo ang masamang puso na inakala ninyong naiwaksi na ninyo. Baka manghina kayo at isiping, 'Sinikap ko na maiwaksi ito, pero narito pa rin pala ito.' Makakakita pa kayo ng kasamaan hangga't hindi ninyo binubunot ang orihinal na ugat ng makasalanang likas. Pero hindi naman ito nangangahulugang hindi sumusulong sa pagbabago ang espiritu ninyo. Pwede itong itulad sa pagbabalat ng sibuyas, parang hindi nauubos ang balat nito, pero kung hindi kayo hihinto, lalabas din ang bahaging kailangan ninyo. Huwag kayong malungkot kung hindi pa ninyo lubos na naiwaksi ang makasalanang likas. Dapat kayong magtiis hanggang sa huli at magpatuloy sa pagsisikap habang inaasahan ang pagbabago.

May mga taong nalulungkot kapag hindi sila nakatanggap agad ng materyal na biyaya pagkatapos sundin ang Salita ng Diyos. Iniisip nilang walang kapalit ang kabutihang ginagawa nila. May mga negrereklamo pa na wala silang pagpapalang nakukuha kahit masipag silang magsimba. Walang dahilan para magreklamo, hindi sila nakakatanggap ng biyaya dahil gumagawa pa rin sila ng masama at hindi iwinawaksi ang mga bagay na sinabi ng Diyos na dapat iwaksi.

Ipinapakita ng pagrereklamo nila na nakatuon sa maling bagay ang pananampalataya nila. Hindi kayo dapat mapagod kung kumikilos kayo ayon sa kabutihan at katotohanan nang may pananampalataya. Habang kumikilos kayo ayon sa kabutihan, lalo kayong nagiging masaya, mas hahangarin ninyo ang mabubuting bagay. Kapag napabanal kayo sa ganitong paraan ng pananampalataya ninyo, sasagana ang kaluluwa ninyo, lahat ng bagay ay magiging mabuti para sa inyo, at lulusog kayo.

Pangalawa: Pagtitiyaga sa kapwa

Kapag kausap ninyo ang mga taong may magkakaibang pagkatao at edukasyon, maaaring magkaroon ng hindi inaasahang pangyayari. Halimbawa, baka magkaroon ng kaguluhan sa isang iglesya kung saan nagtitipun-tipon ang mga taong mula sa iba't ibang karanasan at kapaligiran. Magkakaroon ng magkakaibang saloobin mula sa pinakamaliliit na bagay hanggang sa mga kritikal na bagay.

Maaaring sabihin ng ibang tao, "Ibang-iba ang takbo ng isip niya kaysa sa akin, nahihirapan akong makatrabaho siya dahil magkaiba kami ng ugali." Ilang mag-asawa ba ang may totoong magkabagay na pagkatao? Magkaiba ang mga bagay na nakasanayan nila at ang mga bagay na pasado sa panlasa nila. Pero kailangan nilang isuko ang nakasanayan nila para makibagay sa isa't isa.

Pagtitiyagaan ng mga naghahangad maging banal kahit na anong situwasyon at kahit na sinong tao. Papanatilihin nila ang kapayapaan. Magsisikap sila na makatulong sa ibang tao kahit mahirap at hindi kumportable ang situwasyon. Palagi nilang inuunawa at pinagtitiyagaan ang ibang tao, inuuna nila ang makakabuti sa iba. May mabuting kalooban sila. Pinagtitiyagaan nila ang masasamang gawain ng ibang tao. Kabutihan ang iginaganti nila sa kasamaan.

Dapat din tayong magtiyaga kapag nagbabahagi ng ebanghelyo, o kung nagpapayo sa mga kaluluwa, o kung sinasanay natin ang mga manggagawa sa mga gawaing para sa kaharian ng

Diyos. Sa ministeryo ko bilang isang pastor, marami akong nakikitang mga Cristianong mabagal sa pagbabagong buhay. Umiiyak ako at nagdadalamhati kapag nakikipagkasundo sila sa mundo at gumagawa ng mga bagay na nagdudulot ng kahihiyan sa Diyos, pero hindi ako sumusuko. Pinagtitiyagaan ko sila dahil umaasa ako na darating ang araw, magbabago din sila.

Kapag sinasanay ko ang mga manggagawa ng iglesya, nagtitiyaga ako sa loob ng mahabang panahon. Hindi ko pwedeng basta na lang utusan ang mga tauhan at pilitin silang gawin ang gusto ko. Hindi ko pwedeng tanggalan ng tungkulin ang mga manggagawa ng iglesya kahit batid ko na magiging mabagal ang pagsulong ng gawain. Hindi ko pwedeng sabihing, "Hindi mo kayang gawin ito, tanggal ka na sa trabaho!" Pinagtitiyagaan ko sila at tinuturuan hanggang makaya nilang gawin ang gawain. Hinihintay ko sila sa loob ng lima, sampu, o labinlimang taon para makaya nilang tuparin ang tungkulin sa pamamagitan ng pagsasanay ng kanilang espiritu.

Nagtitiyaga ako kasama nila para hindi sila matalisod, hindi lang kapag hindi nagbubunga ang espiritu nila, kundi kapag nagkakamali din sila. Mas magiging madali kung ang gagawa ay isang taong may kakayahan, o kung papalitan sila ng isang taong marunong na. Pero ang dahilan kung bakit nagtitiyaga ako hanggang sa huli ay para sa bawat isang kaluluwa. Ito ay para maging ganap ang paglilingkod sa kaharian ng Diyos.

Kung itatanim ninyo sa paraang ito ang binhi ng pagtitiyaga, natitiyak ko na makakamit ninyo ang bunga ayon sa katarungan ng Diyos. Halimbawa, kung pagtitiyagaan ninyo ang ilang mga kaluluwa, idadalangin sila nang may pagtangis hanggang sa magbago sila, magkakaroon kayo ng mas malawak na kalooban, maiidalangin ninyo silang lahat. Magkakaroon kayo ng kapangyarihan at awtoridad para muling pasiglahin ang maraming kaluluwa. Magkakaroon kayo ng kapangyarihan para baguhin ang mga kaluluwang inaalagaan ninyo dahil maykapangyarihan kayo bilang matuwid na tao. At kung masusupil ninyo ang kalooban ninyo at itatanim ang binhi ng pagtitiyaga kahit inaakusahan kayo ng mali, loloobin ng Diyos na anihin ninyo ang bunga ng mga pagpapala.

Pangatlo: Ang pagtitiyaga sa relasyon ninyo sa Diyos

Ito ay tumutukoy sa pagtitiyaga ninyo habang hinihintay ang sagot sa inyong mga panalangin. Sinasabi ng Marcos 11:24, *"Kaya nga sinasabi ko sa inyo, ang lahat ng bagay na iyong idalangin at hingin, paniwalaang ninyong tinanggap na ninyo at iyon ay mapapasainyo."* Kung may pananampalataya tayo, pwede nating paniwalaan ang lahat ng nakasulat sa 66 aklat ng Biblia. Ipinangako ng Diyos na tatanggapin natin ang lahat ng mga hinihiling natin, kaya pwede nating makamit ang lahat ng bagay sa pananalangin.

Siyempre, hindi ibig sabihin na makukuha nating lahat ng gusto natin kung mananalangin tayo pero hindi tayo kikilos. Dapat nating isabuhay ang Salita ng Diyos para maging karapat-dapat tayong tumanggap ng mga kasagutan. Halimbawa, nananalangin makapwesto sa mataas na posisyon sa eskwelahan ang isang estudyanteng nasa gitnang posisyon. Pero lumilipad ang isipan niya at tamad siyang mag-aral. Mapupunta ba siya sa mataas na posisyon? Dapat siyang mag-aral nang mabuti habang nananalangin ng taimtim para matulungan siya ng Diyos na makuha ang mataas na posisyon.

Ganito run sa pagnenegosyo. Maalab ninyong ipinapanalangin na umunlad ang negosyo ninyo. Pero ang layunin ninyo ay para makabili kayo ng isa pang bahay, mamuhunan sa mga ari-arian, at makabili ng mamahaling kotse. Tatanggapin kaya ninyo ang sagot sa mga panalangin ninyo? Siyempre, nais ng Diyos na magkaroon ng masaganang buhay ang mga anak Niya, pero hindi Siya natutuwa sa mga panalanging nagmumula sa kasakiman. Pero kung gusto ninyong tumanggap ng mga biyaya para makatulong sa mga nangangailangan at makapagbigay ng tulong sa mga gawain para sa pagmimisyon, at kung gagawin ninyo ito sa ligal na paraan, tiyak na dadalhin kayo ng Diyos sa daan patungo sa mga pagpapala.

Maraming pangako sa Biblia na sasagutin ng Diyos ang dalangin ng mga anak Niya. Pero kadalasan, hindi natatanggap ng mga tao ang kasagutan dahil kulang sila sa pagtitiyaga. Gusto ng tao na agad-agad ang sagot, pero hindi ito ibibigay ng Diyos.

Sasagutin sila ng Diyos sa pinakamaganda at tamang panahon dahil batid Niya ang lahat ng bagay. Kung ang hinihiling nila sa panalangin ay malaki at mahalaga, sasagutin sila ng Diyos kung puno na ang kabuuan ng panalangin. Nang hilingin ni Daniel ang pagpapahayag ng mga espirituwal na bagay, nagsugo ang Diyos ng anghel para sagutin ang panalanging iyon nang sandaling simulan ni Daniel ang pananalangin. Pero inabot ng dalawampu't isang araw bago nakatagpo ni Daniel ang anghel. Sa loob ng dalawampu't isang araw na iyon, walang hinto si Daniel sa pananalangin, hindi nagbago ang kaalaban ng puso niya sa paghiling nito. Kung totoong nagtitiwala tayo na ibinigay na sa atin ang isang bagay, hindi mahirap maghintay. Iisipin na lang natin ang kagalakan natin kapag natanggap na natin ang mga kasagutan. May mga mananampalatayang hindi makapaghintay sa kasagutan ng mga panalangin nila sa Diyos. Mananalangin sila at mag-aayuno, pero kung hindi agad nakasagot ang Diyos, susuko na sila, iisipin nilang hindi na Siya sasagot.

Kung totoong nagtiwala at nanalangin tayo ng buong puso, hindi tayo manghihina at susuko. Hindi natin batid kung kakailan tayo sasagutin: bukas, mamaya, pagkatapos manalangin, o pagkalipas ng isang taon. Batid ng Diyos ang perpektong panahon ng pagsagot.

Sinasabi ng Santiago 1:6-8, *"Ngunit humingi siyang may pananampalataya na walang pag-aalinlangan, sapagkat ang nag-aalinlangan ay katulad ng alon sa dagat na hinihipan at ipinapadpad ng hangin. Sapagkat ang taong iyon ay hindi dapat mag-akala na siya'y tatanggap ng anumang bagay mula sa Panginoon. Siya ay isang taong nagdadalawang isip, di-matatag sa lahat ng kanyang mga lakad."*

Ang pinakamahalagang bagay ay kung gaano katatag ang pananampalataya natin kapag nananalangin tayo. Kung totoong pinaniniwalaan natin na tinanggap na natin ang sagot, magiging masaya tayo kahit ano pa ang mangyari. Kung nagtitiwala tayo na sasagutin tayo, mananalangin at magtitiwala tayo hanggang mapasakamay natin ang bunga. Bukod dito, kapag dumaan tayo sa pagdurusa at pag-uusig habang naglilingkod sa Diyos, magbubunga tayo ng kabutihan kung magtitiyaga tayo.

Pagtitiyaga ng mga Ama ng pananampalataya

Mahirap sumali sa karera ng takbuhan, pero ang kagalakang mararanasan ninyo kapag nakaraos at nakatapos kayo ng karera ay napakalaki. Nararanasan ito ng mga sumali dito. May mga pagkakataong nahihirapan din ang mga anak ng Diyos na tumatakbo sa takbuhin ng paanampalataya. Pero nakakaya nilang pagtagumpayan ang lahat ng bagay kapag umaasa sila sa Panginoong Jesu-Cristo. Ibibigay sa kanila ng Diyos ang pagpapala at kapangyarihan Niya, at tutulungan din sila ng Banal na Espiritu.

Sinasabi ng Sa Mga Hebreo 12:1-2, *"Kaya't yamang napapalibutan tayo ng gayong kakapal na bilang ng mga saksi, itabi natin ang bawat pabigat at ang pagkakasalang madaling bumibitag sa atin, at tumakbo tayong may pagtitiis sa takbuhing inilagay sa harapan natin. Pagmasdan natin si Jesus na Siyang nagtatag at nagpasakdal ng ating pananampalataya, na dahil sa kagalakang inilagay sa Kanyang harapan ay tiniis Niya ang krus, hindi inalintana ang kahihiyan, at Siya'y umupo sa kanan ng trono ng Diyos."*

Pinagdusahan ni Jesus ang napakaraming panlalait at pangungutya mula sa Kanyang mga nilalang hanggang sa tuparin Niya ang kalooban Niya para sa kanilang kaligtasan. Pero dahil batid Niya na maluluklok Siya sa kanan ng trono ng Diyos at maliligtas ang sangkatauhan, nagtiis Siya hanggang sa huli, hindi inisip ang kahihiyan. Namatay Siya sa krus para sa kasalanan ng sangkatauhan at muling nabuhay sa ikatlong araw para buksan ang daan patungo sa kaligtasan. Itinatag at tinawag ng Diyos si Jesus bilang Hari ng mga hari at Panginoon ng mga panginoon dahil sumunod ito nang may pag-ibig at pananampalataya hanggang sa kamatayan.

Si Jacob ay apo ni Abraham, siya ang naging ama ng bansang Israel, matiyaga siya. Inagaw niya ang karapatan ni Esau bilang panganay sa pamamagitan ng pandaraya. Tumakas siya patungo sa Haran. Tinanggap niya ang pangako ng Diyos sa Bethel. Sinasabi ng Genesis 28:13-15, *"At ang PANGINOON ay tumayo sa tabi niya at nagsabi, 'Ako ang PANGINOON, ang Diyos ni Abraham na iyong ama, at ang Diyos ni Isaac. Ang lupang kinahihigaan mo ay ibibigay ko sa iyo at sa iyong binhi. Ang iyong binhi ay magiging parang alabok sa lupa, at ikaw ay kakalat sa kanluran, silangan, hilaga, at sa timog at ang lahat ng angkan sa lupa ay pagpapalain sa pamamagitan mo at ng iyong binhi. Alamin mo na ako'y kasama mo at iingatan kita saan ka man pumunta, at ibabalik kita sa lupaing ito sapagkat hindi kita iiwan hanggang hindi Ko nagagawa ang ipinangako Ko sa iyo.'"* Pinagtiisan ni Jacob ang lahat ng pagsubok sa loob ng dalawampung taon. At sa wakas, naging ama siya ng lahat ng mga Israelita.

Si Jose ang ikalabingisang anak ni Jacob. Sa lahat sa kanila, siya ang paborito ng ama. Isang araw, ipinagbili siya ng mga kapatid niya bilang alipin sa Ehipto. Naging alipin siya sa isang banyagang lugar, pero hindi siya nanlumo. Ibinigay niya ang lahat ng makakaya sa pagtatrabaho. Pinapurihan siya ng panginoon niya dahil sa katapatan niya. Bumuti ang kalagayan niya sa sambahayan ng panginoon niya. Siya ang nag-asikaso ng lahat ng bagay na may kinalaman dito. Pero inakusahan siya ng mali at ibinilanggo siya. Dinanas niya ang sunod-sunod na pagsubok.

Ang lahat ng pangyayaring ito ay kalooban ng Diyos para

ihanda siya sa pagiging punong ministro ng Ehipto, Diyos lang ang nakakaalam nito. Kahit nasa bilangguan, hindi nanghina ang kalooban ni Jose dahil may pananampalataya siya sa Diyos. Nagtiwala siya sa pangakong ibinigay sa kanya nito noong bata pa siya. Pinaniwalaan niya na tutuparin ng Diyos ang napanaginipan niyang sumamba sa kanya ang araw, ang buwan, at ang labingisang mga bituin. Hindi siya natinag ng mga pangyayari. Ganap ang pagtitiwala niya sa Diyos, pinagtiisan niya ang lahat ng bagay, ginawa niya ang tama ayon sa Salita ng Diyos. Tunay ang pananampalataya niya.

Kung kayo kaya ang nasa kalagayan ni Jose? Maiisip kaya ninyo kung anong naging damdamin niya sa loob ng labintatlong taon magmula nang ipagbili siya bilang alipin? Malamang mananalangin kayo sa Diyos ng puspusan para iligtas Niya kayo sa ganoong situwasyon. Baka suriin ninyo ang sarili at pagsisihan ang lahat ng bagay na maiisip ninyo para sagutin kayo ng Diyos. Hihilingin ninyo sa Kanya ang pagpapala Niya ng may pagluha at maalab na mga salita. Ano kaya ang mararamdaman ninyo kung hindi kayo sagutin sa loob ng isa, dalawa, o sampung taon, at mas lalo pang naging mahirap ang kinalalagyan ninyo?

Naging bilanggo si Jose sa panahon ng kabataan niya. Kung maliit ang pananampalataya niya, malamang naging malungkot at mahina siya habang lumilipas ang panahon. Kung inalala niya ang masayang buhay niya sa bahay ng kanyang ama, mas naging miserable pa siya. Pero nanatili ang pagtitiwala ni Jose sa Diyos na nagbabantay sa kanya. Matatag ang pagtitiwala niya sa pag-ibig ng Diyos na nagbibigay ng pinakamabuti sa tamang panahon. Hindi siya nawalan ng pag-asa kahit dumaan siya sa napakahirap na mga pagsubok. Naging tapat siya at mabuti, at nagtiis hanggang natupad ang mga pangarap niya.

Si David ay kinilala din ng Diyos bilang isang lalaking sumusunod sa kalooban Niya. Pero kahit hinirang siya bilang susunod na hari dumaan siya sa maraming pagsubok, kabilang na dito ang pagtugis sa kanya ni Haring Saul. Maraming pagkakataong kamuntik na siyang mapatay. Pero dahil napagtiisan niya ang lahat ng ito sa tulong ng pananampalataya naging makapangyarihang hari siya na namuno sa buong Israel.

Sinasabi ng Santiago 1:3-4, *"...yamang inyong nalalaman na ang pagsubok sa inyong pananampalataya ay nagbubunga ng pagtitiis. At inyong hayaan na malubos ng pagtitiis ang gawa nito, upang kayo'y maging sakdal at ganap, na walang anumang kakulangan."* Nakikiusap ako sa inyo na hubugin ninyo ng lubos sa kalooban ninyo ang pagatitiis na ito. Nawa ay palaguin nito ang pananampalataya ninyo, palawakin at palalimin ang puso para maging ganap. Mararanasan ninyo ang mga biyaya at mga kasagutan ng mga dalangin na ipinangako ng Diyos kung magtitiis kayo (Sa Mga Hebreo 10:36).

Pagtitiyaga para marating sa kaharian ng Langit

Kailangan nating magtiyaga para makarating sa kaharian ng langit. May mga kabataang nagsasabi na magsasaya muna sila sa kamunduhan habang bata pa sila, at magsisimba kapag tumanda na. May mga nagsusulong ng masigasig na buhay sa pananampalataya, inaasahan nila ang muling pagbabalik ng

Panginoon. Pero naiinip sila, kaya nagbabago ang isip nila. Pakiramdam nila napakahirap magpatuloy ng masigasig na pananampalataya dahil hindi mabilis ang pagbalik ng Panginoon tulad ng inaasahan nila. Sinasabi nila, magpapahinga muna sila sa pananatiling malinis ng puso nila, at kapag nakita nila ang tanda ng tiyak na pagbabalik ng Panginoon, saka na lang sila magpupursigi.

Pero walang nakakaalam kung kailan tatawagin ng Diyos ang ating espiritu, o kung kailan babalik ang Panginoon. Kahit batid natin kung kailan, hindi natin mapapalago ang pananampalataya natin kung kailan natin magustuhan. Hindi lang basta nagkakaroon ng espirituwal na pananampalataya ang tao para maligtas kung kailan nila maisipan, ito ay ayon sa pagpapala ng Diyos. Hindi rin sila titigilan ng kaaway na diyablo at Satanas para madali silang maligtas. Bukod dito, kung umaasa kayo na marating ang Bagong Jerusalem sa Langit, dapat nakahanda kayong magtiyaga.

Sinasabi ng Mga Awit 126:5-6, *"Yaon nawang nagsisipaghasik na luhaan, ay mag-ani na may sigaw ng kagalakan! Siyang lumalabas na umiiyak, na may dalang itatanim na mga binhi, ay uuwi na may sigaw ng kagalakan, na dala ang kanyang mga bigkis ng inani."* Totoong dapat ay mayroon tayong pagpapagod, pagluha, at pagdadalamhati habang itinatanim at pinalalago natin ang mga binhi. Kung minsan, hindi dumarating ang inaasahang pag-ulan, o kaya magkakaroon ng unos o walang hintong ulan na sisira sa mga pananim. Pero sa bandang huli, tiyak na tatamasahin natin ang galak dahil sa masaganang ani ayon sa tuntunin ng katarungan.

Parang isang araw lang sa Diyos ang paghihintay Niya ng isang libong taon para magkaroon ng tunay na mga anak. Pinagtiisan Niya ang sakit ng kalooban para ibigay ang bugtong na Anak Niya para sa atin. Tiniis ng Panginoon ang pagdurusa sa krus, at tinitiis ng Banal na Espiritu ang hindi maipaliwanag na pagdaing habang pinapangalagaan ang sangkatauhan. Umaasa ako na huhubugin ninyo ang ganap na espirituwal na pagtitiyaga. Alalahanin ninyo ang pag-ibig ng Diyos para magkaroon kayo ng bunga ng pagpapala sa mundong ito at sa Langit.

Lucas 6:36

"Maging maawain kayo, gaya ng inyong Ama na maawain."

Laban sa mga Ito ay Walang Kautusan

Kabanata 6

Kagandahang-loob

Inuunawa at pinapatawad ang kapwa – bunga ng kagandahang-loob

Dapat magkaroon ng kalooban at gawain tulad ng sa Panginoon

Iwaksi ang maling pananaw para magkaroon ng magandang kalooban

Habag sa mga nahihirapan

Huwag agad tukuyin ang pagkukulang ng kapwa

Maging mapagbigay sa lahat

Ibigay ang papuri sa iba

Kagandahang-loob

Kung minsan, sinasabi ng mga tao na hindi nila maunawaan ang isang tao kahit sinusubukan nilang unawain ito. O kaya naman, sinisikap nilang patawarin ito, pero hindi nila magawa. Pero kung ang puso natin ay may bunga ng kagandahang-loob, mauunawaan natin ang lahat ng bagay at mapapatawad natin ang sinuman. Maiintindihan natin ang kahit na sinong tao nang may kabutihan at matatanggap natin sila nang may pagmamahal. Hindi natin sasabihin na gusto o ayaw natin sa isang tao dahil may dahilan tayo. Hindi natin aayawan o kapopootan ang kahit na sinong tao. Wala tayong makakagalit, o makakasamaang-loob, wala tayong mga kaaway.

Inuunawa at pinapatawad ang kapwa – bunga ng kagandahang-loob

Ang kagandahang-loob ay ang katangiang mapagbigay na kalooban. Pero mas malapit sa maawain ang espirituwal na kahulugan ng kagandahang-loob. At ang espirituwal na kahulugan ng maawain ay 'pag-unawa ng mga bagay na hindi nauunawaan ng tao ayon sa katotohanan.' Ito ay pusong nagpapatawad kahit ng mga taong mahirap patawarin. Nagpakita ng habag ang Diyos sa sangkatauhan, ang puso Niya ay maawain.

Sinasabi ng Mga Awit 130:3, *"Kung Ikaw, PANGINOON, ay magtatala ng mga kasamaan, O PANGINOON, sino kayang makakatagal?"* Sinabing kung walang habag ang Diyos at hinatulan tayo ayon sa katarungan, walang pwedeng humarap sa Kanya. Pero tinanggap at pinatawad ng Diyos ang mga taong hindi karapat-dapat patawarin at tanggapin. Bukod dito, ibinigay ng Diyos ang buhay ng bugtong na Anak Niya para iligtas ang mga taong tulad ninyo mula sa walang hanggang kamatayan. Dahil naging mga anak tayo ng Diyos sa pamamagitan ng pananampalataya sa Panginoon, nais Niyang maging mahabagin din tayo. Sinasabi Niya sa Lucas 6:36, *"Maging maawain kayo, gaya ng inyong Ama na maawain."*

Parang pag-ibig din ang awang ito pero may pagkakaiba rin sa iba't ibang paraan. Ang katangian ng Espirituwal na pag-ibig ay pagsasakripisyo para sa kapwa kahit walang kapalit, habang ang awa ay pagpapatawad at pagtanggap. Ibig sabihin, tinatanggap at inuunawa ninyo ang lahat ng bagay sa taong ito, hindi ninyo siya kapopootan kahit hindi siya kaibig-ibig. Hindi ninyo iiwasan o kapopootan ang isang tao dahil magkaiba ang opinyon ninyo, sa halip, palalakasin at aaliwin ninyo siya. Kung makakaya ng kalooban ninyong tanggapin ang ibang tao, itatago ninyo ang mga kasamaan at kamalian nila para magkaroon kayo ng magandang pakikisama sa kanila.

Malinaw na nakita sa isang pangyayari ang pusong maawain. Nanalangin buong gabi si Jesus sa Bundok ng Olibo, umaga na Siya bumalik sa templo. Pag-upo Niya, nagtipon ang mga tao sa paligid Niya. Nagkaroon ng kaguluhan habang ipinapangaral Niya ang Salita ng Diyos. Dinala ng mga eskriba at Fariseo ang isang babae sa harapan Niya. Nanginginig ito sa takot.

Sinabi nila kay Jesus na ang babaing ito ay nahuli habang nangangalunya. Tinanong nila si Jesus kung ano ang gagawin Niya dito dahil ayon sa Kautusan binabato hanggang sa mamatay ang mga taong tulad nito. Kung sinabi ni Jesus sa kanila na batuhin ito, labag ito sa itinuturo Niya na, "Ibigin ang inyong mga kaaway." Pero kung sinabi Niya na patawarin ito, lalabagin nito ang Kautusan. Inilagay ng pangyayaring ito si Jesus sa napakahirap na situwasyon. Gayon pa man, yumuko si Jesus at isinulat ang Kanyang daliri sa lupa. Sinabi Niya sa Juan 8:7, *"Ang walang kasalanan sa inyo ang siyang unang bumato sa kanya."* Kinonsiyensya ang mga tao, isa-isa silang nag-alisan. Naiwan si Jesus at ang babae.

Sa Juan 8:11, sinabi ni Jesus sa kanya, *"Hindi rin kita hinahatulan. Humayo ka na, at mula ngayo'y huwag ka nang magkasala."* Kung hindi Niya hinatulan ang babaing ito, ibig sabihin, pinatawad Niya ito. Pinatawad ni Jesus ang isang babaing hindi pwedeng patawarin, binigyan Niya ito ng pagkakataong tumalikod sa mga kasalanan niya. Ito ay pagpapakita ng pusong maawain.

Dapat magkaroon ng kalooban at gawain tulad ng sa Panginoon

Ang awa ay tunay na pagpapatawad at pag-ibig kahit sa mga kaaway. Ito ay pagtanggap sa lahat ng tao, parang pangangalaga ng isang ina sa kanyang sanggol. Kahit maraming malaking pagkakamali at nakagawa ng matitinding kasalanan ang mga tao, kakaawaan natin sila sa halip na hatulan at husgahan. Mapopoot tayo sa kasalanan at hindi sa nagkasala. Uunawain natin sila at hahayaang mabuhay.

Ipagpalagay nating may isang batang palaging nagkakasakit, mahina ang katawan niya. Ano kaya ang mararamdaman ng ina? Hindi siya magtatanong kung bakit ipinanganak ng ganoon ang anak niya at kung bakit pinapahirapan siya nito. Hindi siya magagalit dito. Sa halip, mas mamahalin at kaaawaan niya ang batang ito nang higit sa ibang batang malulusog.

May isang ina na may anak na kulang sa pag-iisip (mentally retarded). Dalawampung taong gulang na ang anak pero ang pag-iisip nito ay sa dalawang taon. Mahigpit ang pagbabantay ng ina sa kanya. Gayon pa man, hindi siya nahirapan sa pagaalaga ng anak niya, naawa siya dito. Kung mayroon tayong bunga ng awa, kakaawaan natin ang lahat ng tao, hindi lang ang mga anak natin.

Sa pagmiministeryo ni Jesus sa mga tao, ipinangaral Niya ang ebanghelyo ng kaharian ng langit. Hindi mga mayaman at makapangyarihan ang mga tagapakinig Niya kundi ang mga mahirap, pinabayaan, at ang mga sinasabing makasalanan tulad ng mga maniningil ng buwis at mga babaing bayaran.

Ganito rin ang nangyari nang piliin ni Jesus ang mga magiging alagad Niya. Inisip ng mga tao na mas mabti sana kung ang mga pinili Niya ay mga taong may malaking kaalaman tungkol sa Kautusan ng Diyos. Mas mapapadali ang pagtuturo sa kanila ng Salita ng Diyos. Pero hindi ganitong mga tao ang pinili ni Jesus. Para maging mga alagad Niya, pinili Niya si Mateo, isang maniningil ng buwis; at si Pedro, Andres, Santiago, at Juan na mga mangingisda.

Nagpagaling din si Jesus ng iba't ibang klaseng karamdaman. Isang araw, pinagaling niya ang isang taong maysakit sa loob ng tatlongpu't walong taon. Hinihintay nito na gumalaw ang tubig sa imbakan ng Bethesda. Nabubuhay siya sa sakit at walang pag-asa, pero walang pumapansin sa kanya. Pero lumapit si Jesus sa kanya, at tinanong siya, "Nais mo bang gumaling?" Pagkatapos, pinagaling niya ang lalaki.

Pinagaling din ni Jesus ang isang babaing dinugo sa loob ng labindalawang taon. Ibinukas Niya ang mga mata ni Bartimeo, isang bulag na pulubi (Mateo 9:20-22; Marcos 10:46-52). Noong patungo Siya sa isang lunsod na tinawag na Nain, may nakita Siyang isang balo na namatayan ng kaisa-isang anak na lalaki. Naawa Siya dito kaya binuhay Niya ang anak nito (Lucas 7:11-15). Bukod sa mga ito, pinagtanggol Niya ang mga inaapi, at naging kaibigan ng mga pinabayaan tulad ng mga maniningil ng buwis at mga makasalanan.

Pinuna Siya ng mga tao dahil kumain Siya kasama ng mga ito, sinabing, *"Bakit nakikisalo ang inyong guro sa mga maniningil ng buwis at mga makasalanan?"* (Mateo 9:11). Nang marinig ito ni Jesus, sinabi Niya, *"Ang mga walang sakit ay hindi nangangailangan ng manggagamot, kundi ang mga may sakit. Kaya, humayo kayo at pag-aralan ninyo kung ano ang kahulugan nito: 'Habag ang ibig ko, at hindi handog.' Sapagkat hindi Ako pumunta rito upang tawagin ang mga matuwid, kundi ang mga makasalanan"* (Mateo 9:12-13). Itinuro Niya sa atin na kaawaan ang mga makasalanan at mga maysakit.

Hindi dumating si Jesus para sa mayayaman at matuwid, kundi para sa mga mahirap at maysakit, at mga makasalanan. Ibubunga natin ang awa nang mas mabilis kapag tutularan natin ang kalooban at mga gawain ni Jesus. Pag-aralan natin kung ano ang dapat nating gawin para magbunga ng awa.

Iwaksi ang maling pananaw para magkaroon ng magandang kalooban

Kadalasan, hinuhusgahan ng mga makamundong tao ang kapwa nila ayon sa panlabas na anyo. Nagbabago ang pakikiharap nila sa mga taong ito batay sa palagay o tingin nila kung mukhang mayaman o sikat sila. Hindi dapat husgahan ng mga anak ng Diyos ang isang tao ayon sa panlabas na anyo. Hindi dapat sila magbago dahil sa anyo ng isang tao. Dapat nating ituring na mas mabuti kaysa sa atin kahit ang mga bata at ang mga taong mas mababa ang kalagayan. Paglingkuran natin sila para tularan ang kalooban ng Panginoon.

Sinasabi ng Santiago 2:1-4, *"Mga kapatid ko, huwag kayong magkaroon ng pagtatangi habang tinataglay ninyo ang pananampalataya sa ating Panginoong Jesu-Cristo, ang Panginoon ng kaluwalhatian. Sapagkat kung pumasok sa inyong pagtitipon ang isang taong may mga gintong singsing sa mga daliri at may magandang kasuotan, at may pumasok ding isang dukha na may hamak na damit, at inyong pinansin ang may suot ng damit na maganda, at sinabi, 'Maupo ka rito,' at sa dukha ay inyong sinabi, 'Tumayo ka riyan,' o 'Maupo ka sa ibaba ng tuntungan ng aking mga paa,' hindi ba kayo'y gumagawa ng mga pagtatangi sa inyong mga sarili, at nagiging mga hukom na may masasamang pag-iisip?"*

At sinasabi sa 1 Pedro 1:17, *"Kung inyong tinatawag bilang Ama ang humahatol na walang pagtatangi ayon sa gawa ng bawat isa, mamuhay kayo na may takot sa panahon ng inyong pangingibang bayan (panahong nabubuhay kayo dito sa mundo)."*

Kung mayroon tayong bunga ng awa, hindi natin huhusgahan o hahatulan ang ibang tao ayon sa panlabas nilang anyo. Suriin din natin kung may kinikilingan o pagtatangi tayo sa diwang espirituwal. May mga taong mabagal umunawa ng mga espirituwal na bagay. Ang iba naman ay may kahinaan o kakulangan sa katawan, kaya baka may sabihin o gawin silang isang bagay na wala sa lugar ayon sa isang situwasyon. At may iba pang kumikilos ng hindi nararapat sa ugali ng Panginoon.

Kapag nakikita o nakakasama ninyo ang ganitong klaseng mga tao, anong nararamdaman ninyo? Nayayamot o nabibigo ba kayo? Bumababa ba ang pagtingin ninyo sa kanila o gusto ninyo silang iwasan? Ipinahiya ba ninyo ang mga kasamahan ninyo dahil sa agresibo ninyong pananalita at walang galang na ugali?

At may mga taong humahatol sa iba, parang mga hukom, lalo na kapag nagkasala ang taong iyon. Nang dalhin kay Jesus ang isang babaing nahuling nangangalunya, hinusgahan at hinatulan ito ng mga tao. Pero hindi ito pinarusahan ni Jesus, binigyan Niya ito ng pagkakataong maligtas. Kung maganda ang kalooban ninyo, maaawa kayo sa mga pinaparusahan dahil sa ginawa nilang kasalanan. Inaasahan ninyo ang pagtatagumpay nila.

Habag sa mga nahihirapan

Kung may kagandahang-loob tayo, maaawa tayo sa mga nahihirapan. Masisiyahan tayo sa pagtulong sa kanila. Hindi lang natin sasabihing, "Magtiis kayo at maging matatag!" Sa halip, kikilos tayo para tumulong sa kanila.

Sinasabi ng 1 Juan 3:17-18, *"Subalit ang sinumang may mga pag-aari sa sanlibutang ito, at nakikita ang kanyang kapatid na nangangailangan, at pinagsasarhan niya ito ng kanyang damdamin, paanong nananatili ang pag-ibig ng Diyos sa kanya? Mga munting anak, huwag tayong umibig sa salita, ni sa dila, kundi sa gawa at sa katotohanan."* At sa Santiago 2:15-16, sinasabing, *"Kung ang isang kapatid na lalaki o babae ay namumuhay nang hubad at kinukulang sa pagkain sa araw-araw, at ang isa sa inyo ay magsasabi sa kanila, 'Humayo kayong payapa, magpainit kayo at magpakabusog,' subalit hindi ninyo sila binibigyan ng mga bagay na kailangan ng katawan; anong pakinabang niyon?"*

Dapat hindi ganito ang isipin ninyo, 'Nakakaawa naman siya dahil nagugutom siya, pero wala akong magagawa, sapat lang ang pagkain ko para sa sarili ko.' Kung totoong naaawa kayo, pwede ninyo silang bahagian o ibigay ang para sa inyo. Kung iniisip ng isang taong hindi pa panahon para tumulong sa iba, malamang hindi pa rin siya tutulong kapag yumaman siya.

Hindi lang ito tungkol sa mga materyal na bagay. Kapag may nakita kayong isang taong nagdurusa sa problema, gusto ninyong makatulong at makibahagi sa kalungkutan niya. Ito ay awa. Tulungan natin ang mga patungo sa Impiyerno dahil hindi sila naniniwala sa Panginoon. Pagsikapan ninyong dalhin sila sa daan patungo sa kaligtasan.

Magmula nang magbukas ang Manmin Central Church, marami ng ipinakitang kapangyaihan ang Diyos. Pero humihiling pa rin ako ng mas malaking kapangyarihan, ibinubuhos ko ang buhay ko para ipakita ang kapangyarihang ito. Ito'y sapagkat pinagdusahan ko rin ang kahirapan, at naranasan ko ang sakit ng kawalan ng pag-asa dahil sa karamdaman. Kapag may nakikita akong mga taong nagdurusa dahil sa ganitong problema, damang-dama ko ang sakit na nararamdaman nila. Gusto kong ibigay sa kanila ang lahat ng tulong na maibibigay ko.

Hinahangad ko na lutasin ang mga problema nila. Gusto ko silang iligtas mula sa parusa ng Impiyerno at dalhin sila sa daan patungo sa Langit. Pero paano ko tutulungan ang napakaraming tao kung nag-iisa lang ako? Ang tinanggap kong kasagutan para dito ay ang kapangyarihan ng Diyos. Kahit hindi ko malutas ang problema tungkol sa kahirapan, karamdaman, at iba pang mga problema ng mga tao, pwede ko silang tulungan para makatagpo at maranasan ang Diyos. Ito ang dahilan kung bakit sinisikap kong magpakita ng mas malaking kapangyarihan ng Diyos, para mas maraming tao ang makatagpo at makaranas sa Kanya.

Siyempre, hindi natatapos sa pagpapakita ng kapangyarihan ang proseso ng kaligtasan. Kahit nanampalataya sila dahil sa nakita nilang kapangyarihan, dapat natin silang alagaan sa pisikal at espirituwal hanggang maging matatag ang pananampalataya nila. Ito ang dahilan kung bakit sinikap kong matulungan ang mga nangangailangan kahit may mga problemang pampinansiyal din ang iglesya. Ito ay para sumulong sila nang may lakas patungo sa Langit. Sinasabi sa Mga Kawikaan 19:17, *"Ang mabait sa dukha ay sa PANGINOON nagpapautang, at ang kanyang mabuting gawa sa kanya ay babayaran."* Kung aalagaan ninyo ang mga kaluluwa nang may kaloobang katulad ng sa Panginoon, tiyak na bibigyan kayo ng Diyos ng pagpapala.

Huwag agad tukuyin ang pagkukulang ng kapwa

Kung mahal natin ang isang tao, may mga pagkakataong dapat natin silang bigyan ng payo o pagsabihan. Kung hindi pagsasabihan ng mga magulang ang mga anak nila, at patatawarin sila dahil mahal nila ang mga ito, hindi sila matututo. Kung naaawa tayo hindi madaling magparusa, magalit, o magsabi ng mga kapintasan. Kapag magpapayo tayo, manalangin muna tayo at isaalangalang ang damdamin ng taong papayuhan. Sinasabi ng Mga Kawikaan 12:18, *"Mga salitang padalus-dalos ay parang ulos ng espada, ngunit ang dila ng pantas ay kagalingan ang dala."* Ang mga salitang ito ay dapat tandaan ng mga pastor at lider na nagtuturo sa mga mananampalataya.

Madaling sabihin, "Sinungaling ang puso mo, hindi nalulugod ang Diyos dito. Ganito at ganyan ang kapintasan mo kaya hindi ka gusto ng mga tao." Kahit totoo ang mga sinabi ninyo, hindi ito makakatulong sa kanila kung gagawin ninyo ito nang may pagmamalinis ng sarili at walang pagmamahal. Mas lalong hindi magbabago ang taong iyon dahil sa sinabi ninyo. Sa katunayan, masasaktan ang damdamin nila, mawawalan sila ng gana at manghihina sila.

Kung minsan, hinihiling sa akin ng mga miyembro ng iglesya na sabihin sa kanila ang mga kapintasan nila para magbago sila. Pero kung dahan-dahan ako sa pagsasalita, pipigilan nila ako, magpapaliwanag sila, hindi ako makapagbigay ng payo. Sa totoo lang, hindi madaling magpayo. Maaaring tanggapin nila agad ang payo at magpasalamat, pero kapag hindi na sila puspos ng Espiritu, hindi na natin masasabi kung ano ang mangyayari.

Kung minsan, dapat kong tukuyin ang mga bagay para matupad ang kaharian ng Diyos o para malutas ang mga problema ng mga tao. Pinagmamasdan ko ang mga mukha nila, nananalangin, at umaasang hindi masasaktan ang damdamin nila o manghihina. Nang pagsabihan ni Jesus ang mga eskriba at mga Fariseo, hindi nila natanggap ang mga sinabi Niya. Binibigyan sila ni Jesus ng pagkakataon para kahit isa man lang sa kanila ay maniwala sa Kanya at magsisi. At dahil sila ay nagtuturo sa mga tao, gusto ni Jesus na matanto ng mga tao ang pagkukunwari nila para hindi sila madaya. Maliban sa mga dahilang ito, huwag kayong magsalita ng mga bagay na makakasakit ng damdamin ng kapwa, huwag ninyong ilalantad ang mga kasalanan nila para hindi sila matisod. Kapag magpapayo kayo dahil kinakailangan, gawin ninyo nang may pagmamahal. Isipin ninyo ang saloobin nila at isaalangalang ang kaluluwa nila.

Maging mapagbigay sa lahat

Mapagbigay ang mga tao sa mga minamahal nila. Nagreregalo o nagpapahiram din ang mga kuripot kapag alam nila na may makukuha silang kapalit. Sa Lucas 6:32 sinasabi, *"Kung kayo'y umiibig sa mga umiibig sa inyo, ano ang mapapala ninyo? Ang mga makasalanan man ay umiibig sa mga umiibig sa kanila."* Magbubunga tayo ng kagandahang-loob kung makakapagbigay tayo ng taos-puso ng walang inaasahang kapalit.

Batid ni Jesus na magtataksil sa Kanya si Judas, pero pinakisamahan Niya ito kung paano Niya pinakisamahan ang ibang mga alagad. Binigyan Niya ito ng paulit-ulit na pagkakataon para magsisi. Idinalangin Niya ang mga nagpapako sa Kanya sa krus habang ipinapako Siya ng mga ito. Sinasabi ng Lucas 23:34, *"Ama, patawarin Mo sila, sapagkat hindi nila nalalaman ang kanilang ginagawa."* Ito ang klase ng awa na nagpapatawad ng mga taong hindi madaling patawarin.

Sa Aklat ng Mga Gawa, mababasa natin na si Esteban ay nagbunga ng kagandahang-loob. Hindi siya apostol pero puspos siya ng pagpapala at kapangyarihan ng Diyos. Nakita ang mga tanda at himala sa pamamagitan niya. Gustong makipagtalo sa kanya ng mga tumatanggi sa katotohanang ito, pero nang sumagot siya nang may karunungan ng Diyos sa tulong ng Banal na Espiritu, hindi na sila makasagot. Sinasabi ng mga nakakita sa kanya na ang mukha niya ay parang anghel (Ang Mga Gawa 6:15).

Kinonsiyensya ang mga Judiong nakinig sa sermon ni Esteban, sa bandang huli, dinala nila ito sa labas ng lunsod at pinagbabato hanggang sa mamatay. Kahit malapit na siyang mamatay, idinalangin niya ang mga bumabato sa kanya. Sinabi niya, *"Panginoon, huwag Mo silang papanagutin sa kasalanang ito!"* (Ang Mga Gawa 7:60). Ipinapakita dito na pinatawad na niya ang mga bumabato sa kanya. Hindi siya napoot sa kanila, nagbunga ang awa sa kalooban niya kaya pwede siyang magpakita ng ganitong kadakilaan.

Gaano na kabuti ang pangangalaga ninyo sa ganitong klaseng kalooban. Mayroon ba kayong isang taong kinaiinisan o mayroon ba kayong kaaway? Dapat matanggap ninyo ang ibang tao kahit magkaiba kayo ng pananaw at ugali. Isipin muna ninyo kung saan nagmumula ang pananaw niya bago ninyo baguhin ang hindi pagkagusto sa kanya.

Kung iisipin lang ninyong, 'Bakit ba niya ginagawa ito? Hindi ko siya maintindihan,' magkakaroon lang kayo ng galit sa puso, hindi kayo kumportable kapag nakita ninyo siya. Pero kung iisipin ninyo, 'May karapatan siyang kumilos ng ganito,' pwede na ninyong palitan ang nararamdaman ninyong galit. Maaawa na kayo sa kanya dahil wala siyang pagpipigil sa ginagawa niya. Idadalangin niyo ang taong ito.

Habang binabago ninyo ang kaisipan at damdamin ninyo sa ganitong paraan, pwede na ninyong tanggalin ng isa-isa ang galit at ang iba pang masamang saloobin. Kung gusto ninyong ipagpatuloy ang ganitong damdamin at ang katigasan ng ulo ninyo, hindi ninyo matatanggap ang ibang tao. Hindi din ninyo matatanggal ang galit at masasamang saloobin. Dapat ninyong iwaksi ang pagmamalinis, baguhin ninyo ang mga saloobin at damdamin para tanggapin at paglingkuran kahit na anong klaseng tao.

Ibigay ang papuri sa iba

Para magbunga ng kagandahang-loob, purihin natin ang ibang tao kapag may magandang resulta ang ginawa niya, at tanggapin ang pagkakamali kapag may nangyaring hindi tama. Kung ang kasama lang ninyo ang pinaparangalan at pinupuri kahit magkatulong kayong gumawa, magalak pa rin kayo para sa kanya, isipin na lang ninyo na pareho kayong masaya. Hindi na ninyo ikakabahala na siya ang pinupuri kahit mas marami kayong ginawa at ang taong iyon ay maraming pagkakamali.

Magpapasalamat na lang kayo at iisiping mas magkakaroon ng lakas ng loob at mas magiging masipag siya dahil pinuri ang trabaho niya ng ibang tao.

Kung may mabuting ginawa ang isang ina sa anak niya, at ang anak lang ang binigyan ng gantimpala, anong mararamdaman ng ina? Walang inang magrereklamo kung hindi siya binigyan ng gantimpala sa pagtulong sa anak niya. Gusto ng isang ina na marinig mula sa ibang tao na maganda siya, pero mas sasaya siya kung maririnig niya mula sa ibang tao na maganda ang anak niya.

Kung mayroon tayong bunga ng kagandahang-loob, pwede nating unahin ang ibang tao, purihin natin siya. Maging masaya tayo para sa kanya, parang kayo na rin ang pinuri. Ang kagandahang-loob ay katangian ng Diyos Ama na puno ng awa at pag-ibig. At hindi lang ito, nasa puso ng perpektong Diyos ang bawat isang bunga ng Banal na Espiritu. Pag-ibig, kagalakan, kapayapaan, pagtitiis, at ang lahat ng iba pang bunga ay iba't ibang aspeto ng kalooban ng Diyos.

Samakatwid, para magkaroon ng bunga ng Banal na Espiritu, pagsikapan nating tularan ang kalooban ng Diyos, maging perpekto dahil ang Diyos ay perpekto. Habang lumalago ang mga bunga ng Espiritu sa inyo, mas lalo kayong nagiging kaibig-ibig. Aapaw ang pag-ibig ng Diyos para sa inyo. Magagalak Siya sa inyo at sasabihing mga anak Niya kayo na lubos na tumutulad sa Kanya. Kung magiging mga anak kayo na kinalulugdan Niya, tatanggapin ninyo kahit na anong ipanalangin ninyo. Kahit ang mga bagay na minimithi ng puso ninyo, batid ito ng Diyos, ibibigay Niya ang mga ito sa inyo. Umaasa ako na magbubunga kayong lahat ng mga bunga ng Banal na Espiritu, bigyan ninyo ng lugod ang Diyos sa lahat ng bagay, para umapaw ang mga biyaya para sa inyo, at makamtan ninyo ang dakilang karangalan sa kaharian ng langit bilang mga anak na ganap na tumutulad sa Kanya.

Laban sa mga Ito ay Walang Kautusan

Filipos 2:5

"Magkaroon kayo sa inyo ng ganitong pag-iisip na na kay Cristo Jesus din naman."

Kabanata 7

Kabutihan

Ang bunga ng kabutihan
Hanapin ang kabutihan ayon sa pagnanasa ng Banal na Espiritu
Piliin ang kabutihan sa lahat ng bagay tulad ng mabuting Samaritano
Huwag makipagtalo o magyabang kahit ano pa ang mangyari
Huwag baliin ang tambo o patayin ang nagbabagang mitsa
Kalakasan para makasunod sa kabutihan ayon sa katotohanan

Kabutihan

Isang gabi, lumapit sa matandang mag-asawa ang isang lalaking marumi, nagtanong siya kung mayroong kwartong pinapaupahan. Naawa sa kanya ang matandang mag-asawa, pinaupahan nila ang isang kwarto nila. Hindi nagtatrabaho ang lalaking ito, naglalasing lang siya. Kung sa iba nangyari ito, papalayasin siya dahil hindi niya binabayaran ang upa sa kwarto. Pero dinadalhan pa siya ng pagkain ng mag-asawang matanda paminsan-minsan. Pinapalakas nila ang loob nito habang ibinabahagi sa kanya ang ebanghelyo. Dahil sa ginagawa ng mag-asawang matanda, naantig ang damdamin ng lalaki. Trinato siya ng mga ito na parang anak. Hindi nagtagal, tinanggap niya si Jesu-Cristo, nagbago siya.

Ang bunga ng kabutihan

Pagpapakita ng kabutihan ang magmahal ng mga napabayaan at mga palaboy. Hindi lang ito nananatili sa puso, nakikita din ito sa mga gawa tulad ng binasa nating kwento tungkol sa mag-asawang matanda.

Kung nagbubunga tayo ng kabutihan, ilalabas natin ang mabangong samyo ni Cristo saan man tayo pumunta. Kapag nakita ng mga tao sa paligid natin ang ating kabutihan, hahaplusin nito ang damdamin nila, luluwalhatiin nila ang Diyos.

Ang 'kabutihan' ay katangiang malumanay, may konsiderasyon sa iba, may magandang loob, walang bahid. Gayon pa man, sa espirituwal na diwa, ito ay isang puso na naghahanap ng kabutihan ayon sa Banal na Espiritu. Ito ay kabutihan ayon sa katotohanan. Kung ganap ang bunga natin ng kabutihan, matutulad ang kalooban natin sa kalooban ng Panginoon –dalisay at walang bahid.

Kung minsan, may kabutihan din sa puso ang mga hindi mananampalataya na hindi pa tumatanggap ng Banal na Espiritu. Kinikilala at hinahatulan ng mga makamundong tao ang kabutihan ayon sa konsiyensya nila. Kung walang konsiyensya, iisipin ng mga makamundong tao na sila ay mabuti at matuwid. Pero magkakaiba ang konsiyensya ng bawat tao. Para maunawaan ang kabutihan bilang bunga ng Espiritu, dapat muna nating maunawaan ang konsiyensya ng mga tao.

Hanapin ang kabutihan ayon sa pagnanasa ng Banal na Espiritu

May mga bagong mananampalatayang nanghuhusga sa mga sermon dahil taliwas ito sa kaalaman nila at konsiyensya, sinasabi nila, "Ang sermon na iyon ay lumalaban sa teorya ng siyensya." Pero habang lumalago ang pananampalataya nila at natututo ng Salita ng Diyos matatanto nila na mali ang nalalaman nila.

Ang konsiyensya ay pamantayan sa pagkilala ng mabuti at masama, batay ito sa pundasyon ng ugali ng isang tao. Ang ugali ng isang tao ay nakabatay sa klase ng 'buhay na lakas' (life energy) na taglay niya pagkapanganak at sa klase ng kapaligiran kung saan siya pinalaki. Mabuti ang ugali ng mga batang tumanggap ng mabuting enerhiya ng buhay. At ang mga taong pinalaki sa mabuting kapaligiran ay nagkakaroon ng mabuting konsiyensya dahil nakakita at nakarinig sila ng mabubuting bagay. Sa kabilang banda, kung ipinanganak ang isang tao na may masasamang ugali na nakuha niya sa mga magulang niya, at nakasalamuha sa masasamang bagay, ang ugali at konsiyensya niya ay masama.

Halimbawa, makokonsiyensya ang mga batang tinuruang maging tapat kapag nagsinungaling sila. Pero iisipin ng mga batang pinalaki kasama ng mga sinungaling na natural lang ang pagsisinungaling. Ni hindi nila iisiping nagsisinungaling sila. Dahil iniisip nilang hindi masamang magsinungaling, nabahiran na sila ng kasamaan, hindi na sila kinokonsiyensya.

Magkakaiba din ang pagtanggap sa mga bagay ng mga anak na pinalaki ng mga magulang sa iisang kapaligiran. Masunurin ang ibang anak habang ang iba naman ay matigas ang kalooban, hindi sila basta sumusunod. Kaya kahit nagmula sa parehong magulang ang magkakapatid, magkakaiba din ang konsiyensya nila.

Nabubuo sa iba't ibang paraan ang konsiyensya. Depende ito sa komunidad at klase ng ekonomiyang pinapahalagahan ng lugar na kinalalakhan nila. Magkakaiba ang pinapahalagahan ng bawat komunidad, at ang pamantayan sa nakalipas na 100 taon, 50 taon, at sa kasalukuyan ay nag-iiba. Halimbawa, noong kalakaran pa ang pagkakaroon ng mga alipin, hindi nila inisip na maling saktan ang mga ito at pwersahin silang magtrabaho. At nito lang nakalipas na 30 taon, hindi tanggap sa lipunan na ilantad ng mga babae ang katawan nila sa telebisyon. Kaya sinasabing nagbabago ang konsiyensya ayon sa bawat tao, lugar, at panahon. Ang mga nag-iisip na sumusunod sila sa konsiyensya nila ay sumusunod lang sa kung anong inaakala nilang mabuti o tama. Gayon pa man, hindi pwedeng sabihin na ginawa nila ang ganap na kabutihan.

Pero mayroong pare-parehong pamantayan tayong mga mananampalataya sa Diyos tungkol sa pagkilala ng mabuti at masama. Ang pamantayan natin ay ang Salita ng Diyos, hindi ito nagbabago kahapon, ngayon, at magpakailanman. Ang espirituwal na kabutihan ay pagkakaroon at pagsunod ng katotohanang ito bilang konsiyensya natin. Ito ay kusang pagsunod sa mga pagnanasa ng Banal na Espiritu at paghahanap ng kabutihan. Pero hindi natin masasabing may bunga na tayo ng kabutihan kung hinahangad nating sundin ang kabutihan. Masasabi nating nagbunga tayo nito kung ang hangarin sumunod dito ay ipapakita at magkakaroon ng mga gawa.

Sinasabi ng Mateo 12:35, *"Ang mabuting tao ay naglalabas ng mabubuting bagay mula sa kanyang mabuting kayamanan."* Ayon sa Mga Kawikaan 22:11, *"Siyang umiibig ng kalinisan ng puso, at mabiyaya ang pananalita, ang hari ay magiging kaibigan niya,"* Sinabi ng mga talata, ang mga humahanap ng kabutihan ay gagawa ng kabutihan, makikita ito sa mga kilos niya. Saan man sila pumunta, at sinuman ang makaharap nila, magpapakita sila ng bukas na kalooban at pagmamahal na may mabubuting salita at mga gawa. Ang mabuting tao ay maglalabas ng mabangong samyo ni Cristo, katulad ito ng mabangong amoy ng isang taong naglagay ng pabango.

May mga taong naghahangad na magkaroon ng mabuting kalooban, kaya sumusunod at nakikipagkaibigan sila sa mga espirituwal na tao. Nasisiyahan sila sa pakikinig at pag-aaral ng katotohanan. Madali ding maantig ang damdamin nila, mababaw ang luha. Pero hindi sila magkakaroon ng mabuting kalooban batay lang sa kagustuhan nila. Kung may natutuhan at narinig sila, dapat nilang pagyamanin ito at isabuhay. Halimbawa, kung gusto ninyong mabubuting tao lang ang makasama ninyo at iiwasan ninyo ang mga hindi, kabutihan ba talaga ang hinahangad ninyo?

May mga bagay din kayong matututuhan sa mga taong hindi totoong mabuti. Kahit wala silang sasabihing mabuti sa inyo, may makikita kayong aral sa buhay nila. Kung may isang taong mainitin ang ulo, makikita ninyo na madalas siyang mapaaway at makipagtalo. Mula dito, matututuhan ninyo na mali ang maging mainitin ang ulo. Kung mabubuting tao lang ang palagi ninyong kasama, hindi kumpleto ang matututuhan ninyo sa mga bagay na nakikita at naririnig ninyo. Palagi tayong may matututuhan sa lahat ng klase ng tao. Baka iniisip ninyo totoong kabutihan ang hinahangad ninyo, at gustong matutuhan at matanto ang maraming bagay. Pero suriin ninyo kung naiipon at ipinapakita ninyo ang kabutihang ito.

Piliin ang kabutihan sa lahat ng bagay tulad ng mabuting Samaritano

Mula sa puntong ito, pag-aralan natin nang mas detalyado kung ano ang espirituwal na kabutihan. Ito ay pagsunod sa kabutihan ayon sa katotohanan at sa Banal na Espiritu. Sa katunayan, malawak ang konsepto ng espirituwal na kabutihan. Likas ng Diyos ang kabutihan, nakasulat ito sa buong Biblia. Pero may talata kung saan malalanghap natin ang mabangong samyo ng kabutihan, ito ay Filipos 2:1-4:

> *Kaya nga, kung mayroong anumang kasiglahan kay Cristo, kung mayroong anumang kaaliwan ng pag-ibig, kung mayroong anumang pakikisama ng Espiritu, kung mayroong anumang pagkagiliw at habag, ay lubusin ninyo ang aking tuwa sa pagkakaroon ng gayunding pag-iisip, magtaglay ng gayunding pag-ibig, na*

magkaisa ng diwa, at may isa lamang pag-iisip. Huwag ninyong gawin ang anuman sa pagpapaligsahan o pagmamataas, kundi sa kababaan, ituring na ang iba ay higit na mabuti kaysa inyong sarili. Huwag tingnan ng bawat isa sa inyo ang kanyang sariling kapakanan, kundi ang kapakanan ng iba.

Hahanapin ng isang taong may bunga ng espirituwal na kabutihan ang kabutihan sa Panginoon kaya kahit hindi siya sang-ayon sa isang gawain, susuportahan niya ito. Mapagpakumbaba ang taong ito, hindi siya mayabang. Hindi niya hinahangad ang papuri at pagkilala. Kahit hindi niya kasingyaman at kasingtalino ang ibang tao, igagalang niya ang mga ito, magiging tunay na kaibigan siya ng mga ito.

Kahit pahirapan siya ng ibang tao nang walang dahilan, tatanggapin niya ang mga ito nang may pag-ibig. Paglilingkuran niya ang mga ito at magpapakumbaba siya para makasundo niya ang lahat ng tao. Hindi lang siya magiging tapat sa pagtupad ng tungkulin niya, magpapakita pa siya ng suporta sa gawain ng iba. Sa ika-10 kabanata ng Lucas, mababasa natin ang talinhaga tungkol sa Mabuting Samaritano.

May isang lalaking naglalakbay mula Jerusalem patungo sa Jerico. Hinubaran, binugbog, ninakawan, at iniwan siyang halos patay ng mga magnanakaw. Nakita siyang nakahandusay ng isang pari, pero dinaanan lang siya nito. Nakita rin siya ng isang Levita, hindi rin siya tinulungan. Batid ng mga pari at mga Levita ang Salita ng Diyos, mga lingkod sila ng Diyos. Batid nila ang kautusan nang mas higit kaysa sa ibang tao. Ipinagmamalaki nila ang paglilingkod nila sa Diyos.

Nang magkaroon sila ng pagkakataon para sumunod sa kalooban ng Diyos, hindi nila ginawa ang dapat nilang gawin. Pwede silang magdahilan kung bakit hindi nila tinulungan ang lalaki. Pero kung mabuting tao sila, hindi nila pababayaan ang isang taong higit na nangangailangan ng tulong.

Hindi nagtagal, may dumaang Samaritano, nakita niya ang lalaking ninakawan. Kinaawaan ng Samaritano ang lalaki, ginamot niya ang mga sugat nito. Isinakay niya ang lalaki sa sariling hayop niya at dinala sa isang bahay panuluyan. Hiniling niya sa may-ari ng panuluyan na alagaan ang lalaki. Kinabukasan, binigyan niya ng dalawang denario ang may-ari ng bahay panuluyan at nangako siya na babayaran ang iba pang gastusin.

Kung maramot ang Samaritano, hindi niya tutulungan ang lalaking ninakawan. Masyado siyang abala, masasayang ang oras at pera niya kung masasangkot siya sa nangyari sa isang taong hindi naman niya kakilala. Pwede rin namang gamutin lang niya ang mga sugat ng lalaki, pero, dinala pa niya ito sa isang bahay panuluyan para maalagaan at nangako pa na babayaran ang mga gastusin.

Pero dahil mabuting tao siya, hindi niya pinabayaan ang isang taong halos mamatay. Kahit masayang ang oras at pera niya, at kahit maabala siya, hindi niya binalewala ang isang taong nangangailangan ng tulong. Nang hindi niya maalagaan ang taong iyon, hiniling niya sa may-ari ng bahay panuluyan na alagaan ito. Kung hindi pinansin ng Samaritano ang lalaking ninakawan dahil sa personal na dahilan, magiging pabigat ito sa damdamin niya sa mga darating na araw.

Malamang sisisihin at itatanong niya sa sarili, 'Ano na kaya ang nangyari sa lalaking sugatan, sana tinulungan ko siya kahit malaki ang mawala sa akin. Nakikita ako ng Diyos, bakit hindi ko siya tinulungan?' Hindi matatanggap ng espirituwal na kabutihan ang hindi paggawa ng mabuti. Kahit ipinapalagay nating dadayain o iisahan lang tayo, pipiliin pa rin nating maging mabuti sa lahat ng bagay.

Huwag makipagtalo o magyabang kahit ano pa ang mangyari

Isa pang talatang nagpapadama sa atin ng espirituwal na kabutihan ay Mateo 12:19-20. Sinasabi ng talata 19, *"Hindi siya makikipagtalo, o sisigaw, o maririnig ng sinuman ang kanyang tinig sa mga lansangan."* Sa tatalata 20, sinasabing, *"Hindi niya babaliin ang tambong nasugatan, o papatayin ang nagbabagang mitsa, hanggang ang katarungan ay dalhin niya sa tagumpay."*

Ang tinutukoy ng mga talatang ito ay kabutihan ni Jesus. Habang nagmiministeryo Siya, wala Siyang naging problema, hindi Siya nakipagtalo sa kahit sino. Magmula noong bata pa Siya, sumunod na Siya sa Salita ng Diyos, at puro mabuting bagay lang ang ginawa Niya sa pagmiministeryo Niya. Ipinangaral Niya ang ebanghelyo at pinagaling ang mga maysakit. Gayon pa man, sinubok Siya ng masasamang tao sa pamamagitan ng mga salita sa pagtatangkang patayin Siya.

Batid ni Jesus ang masasamang balak nila, pero Hindi Siya nagalit sa kanila. Pinakita Niya sa kanila ang tunay na kalooban ng Diyos. Nang hindi nila makita ito, hindi Siya nakipagtalo sa mga ito, umiwas na lang Siya. Kahit noong inuusisa Siya bago Siya ipako sa krus, hindi Siya nakipag-away.

Nadadagdagan ang nalalaman natin tungkol sa Salita ng Diyos habang lumalago ang buhay natin bilang mga Cristiano. Hindi na tayo nagmamaktol o nagtataas ng boses kung hindi tayo nauunawaan ng ibang tao. Ang pakikipagtalo ay hindi lang nakikita sa pagsigaw o pagbulyaw, kung hindi tayo kumportable dahil sa hindi pagkakaintindihan, nakikipagtalo din tayo. Sinasabi nating pakikipagtalo din ito dahil hindi na mapayapa ang puso.

Kung nagtatalo ang kalooban ninyo, kayo ang may kasalanan at hindi ang ibang tao. Nakikipagtalo kayo kung sa tingin ninyo hindi sila kumikilos sa paraan na inaakala ninyong tama. Masyadong makitid ang isipan ninyo, hindi ninyo sila matanggap. At mayroon na kayong mga sariling saloobin na sinusunod na sumasalungat sa maraming bagay.

Hindi magkakaroon ng ingay kapag binato ng kahit anong bagay ang isang pirasong bulak. At ang puro at malinis na tubig na nasa baso ay hindi duduми kung hahaluin ninyo. Parang ganito ang puso ng tao. Kung nawala ang kapayapaan ng isipan, at nagkaroon ng hindi kumportableng pakiramdam dahil sa isang pangyayari, ito ay dahil may kasaaman pa rin sa kalooban.

Sinabing si Jesus ay hindi sumigaw o nakipagtalo, ano ba ang mga dahilan kung bakit ginagawa ito ng mga tao? Ginagawa nila ito dahil gusto nilang 'magpakitang-gilas', gusto nilang magyabang. Gusto nilang bigyan sila ng halaga at pagsilbihan ng ibang tao.

Nagpakita ng mga kamangha-manghang pagkilos si Jesus, binuhay Niyang muli ang patay at binigyan ng paningin ang bulag, pero nanatili Siyang mapagpakumbaba. Bukod dito, sinunod Niya ang kalooban ng Diyos hanggang sa kamatayan kahit pinagtawanan Siya ng ibang tao habang nakapako sa krus. Wala Siyang intensyong iangat ang sarili Niya (Filipos 2:5-8). Sinabi rin na ni hindi maririnig ang tinig Niya sa lansangan. Ang ibig sabihin nito ay perpekto ang ugali Niya. Perpekto ang tikas, asal, at pananalita Niya. Lumalabas at naipapahayag ang Kanyang kabutihan, kababaang-loob, at ang espirituwal na pag-ibig sa kaibuturan ng puso Niya.

Kung mayroon tayong espirituwal na kabutihan, hindi tayo magkakaroon ng pagtatalo o problema sa ibang tao, tulad ng Panginoon. Hindi natin ipapamalita ang mga kasalanan at kapintasan ng ibang tao. Hindi tayo magyayabang o mag-aangat ng sarili, kahit walang dahilan ang pagdurusa natin, hindi tayo magrereklamo.

Huwag baliin ang tambo o patayin ang nagbabagang mitsa

Sa pag-aalaga at pagpapalaki ng mga halaman at mga puno, kadalasan, kapag may nakitang tangkay na nagsisimulang masira o mabulok, puputulin ito. At kapag maliit at mahina na ang ningas at liwanag ng baga, mas mausok ito, kaya mas mabuting patayin na lang ang mitsa. Pero hindi 'babaliin ang tambong nasugatan o papatayin ang nagbabagang mitsa' ng isang taong may espirituwal na kabutihan. Kung may nakikita sila na kahit maliit na pagkakataon para makabawi ang isang tao, hindi nila wawakasan ang buhay nito. Sisikapin nilang hanapan ng panibagong paraan para mabuhay ang ibang tao.

Ang tinutukoy na 'tambong nasugatan' dito ay mga taong puno

ng kasalanan at kasamaan mula sa mundo. Sinisimbulo ng 'nagbabagang mitsa' ang mga pusong matindi na ang bahid ng kasamaan, malapit nang mamatay ang ilaw ng kaluluwa nila. Hindi tiyak kung tatanggapin ng mga taong tulad ng 'tambong nasugatan at nagbabagang mitsa' ang Panginoon. Kahit naniniwala sila sa Diyos, walang ipinag-iba sa mga taong makamundo ang mga ginagawa nila. Nagsasalita at gumagawa pa sila ng mga bagay na laban sa Banal na Espiritu at sa Diyos. Noong panahong narito sa lupa si Jesus, maraming hindi naniwala sa Kanya. At kahit nakita nila ang mga kamangha-manghang kapangyarihan, nilabanan pa rin nila ang pagkilos ng Banal na Espiritu. Pero hanggang sa huli, naghintay si Jesus na magkaroon sila ng pananampalataya, nagbukas Siya ng mga pagkakataon para maligtas sila.

Sa kasalukuyan, maraming tao ang gaya ng mga tambong nasugatan at nagbabagang mitsa kahit sa mga iglesya. Sumisigaw sila ng, "Panginoon, Panginoon!" sa kanilang mga bibig, pero namumuhay pa rin sa kasalanan. Lumalaban pa sa Diyos ang iba sa kanila. Nahuhulog sila sa kasalanan at tumitigil sa pagsisimba dahil mahina ang pananampalataya nila. Pagkatapos nilang gumawa ng mga bagay na ipinapalagay na masama ng iglesya, mapapahiya sila, iiwan na nila ang iglesya. Kung mabuti tayo, iaabot natin ang mga kamay natin sa kanila.

May mga taong gustong tumanggap ng pagmamahal at pagpapahalaga mula sa iglesya. Pero kapag hindi nangyari ito, lalabas ang kasamaan nila. Nagseselos sila sa mga taong minamahal ng mga miyembro ng iglesya at mga taong lumalago sa espirituwal na buhay, sinisiraan nila ang mga ito. Hindi nila pinaghahandaan ng taos-puso ang mga gawaing ibang tao ang nagpasimula, hinahanapan nila ng mali ang mga ito.

Tatanggapin ng mga mayroong bunga ng espirituwal na kabutihan ang mga taong nagpapakita ng kasamaan. Hindi na nila tutukuyin kung sino ang tama o mali, o kung sino ang masama o mabuti, magpipigil sila. Hahaplusin nila ang puso ng mga taong ito ng kabutihan at tapat na puso.

May mga taong hinihiling sa akin na ibunyag ang pangalan ng mga taong dumadalo sa iglesya pero may nakatagong motibo. Kung gagawin ko daw ito, hindi madadaya ang mga miyembro ng iglesya at hindi na pupunta doon ang mga ganitong klaseng tao. Totoong malilinis ang iglesya kung ibubunyag kung sino ang mga may tinatagong motibo, pero, hindi ba mapapahiya naman ang mga kamag-anak nila o ang mga nag-imbita sa kanila? Kung iisa-isahin nating tanggalin ang mga miyembro ayon sa iba't ibang dahilan, kakaunti ang matitira sa iglesya. Isa sa mga tungkulin ng iglesya ang tumulong sa pagbabago ng masasamang tao at dalhin sila sa kaharian ng langit.

May mga taong pasama ng pasama, kahit pakitaan natin sila ng kabutihan, mahuhulog sila sa daan patungo sa kamatayan. Pero sa pangyayaring ito, hindi dapat tayong magtakda ng hangganan at talikuran sila kapag lumampas na sila sa limitasyon. Maipapakita ninyo ang espirituwal na kabutihan kapag hindi kayo susuko sa pagtulong sa kanila na mahanap ang espirituwal na buhay.

Sa paningin, magkapareho ang trigo at ang ipa, pero walang laman ang ipa. Pagkatapos ng pag-aani, iipunin ng magsasaka ang lahat ng trigo at itatago ito sa kamalig. Susunugin niya ang ipa o kaya, gagamitin niya itong pataba. Mayroon ding trigo at ipa sa iglesya. Sa panlabas, pare-pareho silang mananampalataya, pero mayroong trigo na sumusunod sa Salita ng Diyos, at ang mga ipa na sumusunod sa masama.

Tulad ng magsasaka na naghihintay sa panahon ng pag-aani, hinihintay hanggang sa huli ng Diyos ng pag-ibig ang pagbabago ng mga tulad ng ipa. Hanggang sa dumating ang huling araw, bigyan natin ng pagkakataong maligtas ang lahat. Sa paghubog ng espirituwal na kabutihan sa puso natin, manampalataya tayo para sa kanila.

Kalakasan para makasunod sa kabutihan ayon sa katotohanan

Baka nalilito kayo kung ano ang ipinagkaiba ng espiriuwal na kabutihan sa ibang espirituwal na katangian. Ibig sabihin, sa talinhaga ng Mabuting Samaritano, ang ginawa nito ay pwedeng tawagin na pagkakawanggawa at pagkamaawain; at kung hindi tayo nakikipagtalo kahit kanino o naninigaw, tayo ay mapayapa at mapagpakumbaba. Kasama ba ang lahat ng ito sa espiriuwal na kabutihan?

Totoo, ang pag-ibig, pagkakawanggawa mula sa puso, awa, kapayapaan, at pagpapakumbaba ay saklaw ng kabutihan. Nauna ng binanggit na ang kabutihan ay likas ng Diyos. Malawak ang konsepto nito. Pero ang pinakanatatanging aspeto ng espirituwal na kabutihan ay ang hangaring sumunod dito at ang kalakasan para gawin ito. Hindi ito nakatuon sa awa para sa ibang tao o sa pagtulong sa kanila. Nakatuon ito sa kabutihan na nadama ng Samaritano para tumulong at hindi lang maawa.

Bahagi ng pagpapakumbaba ang hindi pakikipagtalo at hindi

pagsigaw. Pero dahil sa katangian ng espirituwal na kabutihan kaya hindi tayo nakikipagtalo. Sa halip na sumigaw at maghangad ng pagkilala, pipiliin nating magpakumbaba dahil sumusunod tayo sa kabutihan.

Sa pagiging tapat, kung mayroon kayong bunga ng kabutihan, magiging tapat kayo hindi lang sa isang bagay kundi sa lahat ng sambahayan ng Diyos. Kung pababayaan ninyo kahit isa lang sa mga tungkulin ninyo, maaaring may magdusa dahil dito. Baka hindi matupad ang kaharian ng Diyos sa paraang itinakda. Kung may mabuting puso kayo, hindi kayo mapapalagay, hindi kayo magpapabaya. Magsisikap kayong maging tapat sa buong sambahayan ng Diyos. Pwede ninyong gamitin ang tuntuning ito sa lahat ng katangian ng espiritu.

Habang may kasamaan sa puso ang mga taong masasama hindi sila magiging kumportable kung hindi sila gagawa ng kasamaan para mapapalagay ang kalooban nila. Hindi makakapagpigil ang mga may ugaling sumabat habang may nagsasalita, gusto nilang makialam sa usapan. Kahit makasakit at magpahirap pa sila ng damdamin ng ibang tao, matatahimik lang sila pagkatapos nilang gawin ang gusto nilang gawin. Gayon pa man, kung mag-iisip at magsisikap silang iwaksi ang masasamang ugali nila na lumalabag sa Salita ng Diyos, makakaya nilang iwaksi halos lahat ng mga ito. Kung susuko sila at hindi na magsisikap, hindi na sila magbabago kahit lumipas ang sampu o dalawampung taon.

Kabaliktaran nila ang mabubuting tao. Kung hindi sila magiging mabuti, hindi sila magiging kumportable, parang may nawala sa kanila. Paulit-ulit nilang iisipin ito. Ayaw nilang makasakit ng ibang tao, kahit mahirapan sila, magsisikap silang sundin ang mga tuntunin.

Mas mauunawaan natin ito sa sinabi ni Pablo, pwede siyang kumain ng karne, pero kung may matitisod dahil dito, hindi na siya kakain ng karne habang buhay siya. Tulad nito, kung hindi mapapalagay ang ibang tao sa mga bagay na nagpapasaya sa kanila, ihihinto ng mga taong may kabutihan ang mga ito. Hindi sila gagawa ng isang bagay na magpapahiya sa ibang tao; hindi sila gagawa ng isang bagay na magiging dahilan para dumaing ang Banal na Espiritu.

Kaya kung susundin ninyo ang kabutihan sa lahat ng bagay, nangangahulugang nagbubunga kayo ng espirituwal na kabutihan, nasa inyo ang ugali ng Panginoon. Hindi kayo gagawa ng anumang bagay na makakatisod ng ibang tao. Ipapakita ninyo sa iba ang kabutihan at pagpapakumbaba ninyo. Magiging kagalang-galang kayo, taglay ninyo ang anyo ng Panginoon, at perpekto ang asal at pananalita ninyo. Magiging kaibig-ibig kayo sa paningin ng lahat ng tao, lalabas mula sa inyo ang mabangong samyo ni Cristo.

Sinasabi ng Mateo 5:15-16, *"Hindi nila sinisindihan ang isang ilawan at inilalagay sa ilalim ng isang takalan, kundi sa talagang patungan at nagbibigay ng liwanag sa lahat ng nasa bahay. Paliwanagin ninyo nang gayon ang inyong ilaw sa harap ng mga tao; upang makita nila ang inyong mabubuting gawa, at luwalhatiin nila ang inyong Ama na nasa langit."* At sa 2 Mga Taga-Corinto 2:15 sinasabi, *"Sapagkat kami ang mababangong samyo ni Cristo sa Diyos sa mga iniligtas at sa mga napapahamak."* Umaasa ako na luluwalhatiin ninyo ang Diyos sa lahat ng bagay. Magmadali kayong magbunga ng espiriuwal na kabutihan at maglabas ng mabangong samyo ni Cristo sa buong mundo.

Mga Bilang 12:7-8

"Ang Aking lingkod na si Moises ay hindi gayon;

ipinagkatiwala Ko sa kanya ang Aking buong sambahayan.

Sa kanya'y nakikipag-usap ako ng harapan, nang maliwanag,

at hindi sa malabong salitaan;

At ang anyo ng PANGINOON ay kanyang nakikita."

Kabanata 8

Katapatan

Para pahalagahan ang katapatan natin
Gumawa ng higit pa sa inaasahan
Maging tapat sa katotohanan
Gumawa ayon sa kalooban ng Panginoon
Maging tapat sa buong sambahayan ng Diyos
Katapatan sa Kaharian at Katuwiran ng Diyos

Katapatan

May isang lalaking papunta sa ibang bansa. Habang wala siya, kailangang may mag-asikaso ng mga ari-arian niya. Ipinagkatiwala niya ito sa tatlong alipin niya. Binigyan niya ng isa, dalawa, at limang talento ang bawat isa, depende sa kakayahan nila. Ipinangalakal kaagad para sa kanyang panginoon ng alipin na binigyan ng limang talento ang ibinigay sa kanya. Lumago ito ng karagdagang limang talento pa. Ang alipin na binigyan ng dalawang talento ay tumubo ng dalawa pa. Pero ibinaon lang sa ilalim ng lupa ng aliping binigyan ng isang talento ang ibinigay sa kanya. Hindi ito kumita.

Pinapurihan ng panginoon ang dalawang alipin na tumubo ng dalawa at limang karagdagang talento. Binigyan niya ang mga ito ng gantimpala, sinabing, *"Magaling! Mabuti at tapat na alipin"* (Mateo 25:21). Pero pinagsabihan niya ang aliping nagbaon ng isang talento, sinabing, *"Ikaw na masama at tamad na alipin"* (t. 26).

Binibigyan din tayo ng Diyos ng maraming tungkulin ayon sa talento natin para makapaglingkod tayo sa Kanya. Kung tutuparin natin ang mga tungkulin natin nang buong lakas, at makikinabang ang kaharian ng Diyos, kikilalanin tayo bilang mga 'magaling at tapat na alipin.'

Para pahalagahan ang katapatan natin

Sa diksiyunaryo, ang kahulugan ng salitang 'katapatan' ay 'pagiging matatag sa pagmamahal at pagsunod, paninindigan sa mga ipinangako, pagtupad sa mga tungkulin.' Pinapahalagahan kahit dito sa mundo ang mga taong tapat dahil mapapagkatiwalaan sila.

Pero iba ang katapatang kinikilala ng Diyos sa katapatan ng mga makamundong tao. Hindi pwedeng sabihing espirituwal na katapatan ang pagsasagawa ng lubos na pagtupad ng tungkulin. At hindi rin lubos na katapatan ang pagbibigay ng buong lakas at buhay sa isang partikular na bagay o lugar. Kung tinutupad natin ang tungkulin natin bilang asawa, ina, o ama, pwede na ba itong tawaging katapatan? Ginagawa lang natin ang dapat nating gawin.

Ang mga espirituwal na tapat ay mga hiyas sa kaharian ng Diyos, naglalabas sila ng mabangong samyo. Inilalabas nila ang mabangong samyo ng pusong hindi nagbabago, mabangong samyo ng matatag na pagsunod. Pwede itong ikumpara sa pagsunod ng isang kalabaw na pang-araro o ng mabangong samyo ng pusong napapagkatiwalaan. Kung maglalabas tayo ng ganitong klaseng samyo, kakagiliwan tayo ng Panginoon, yayakapin Niya tayo. Ganito ang nangyari kay Moises.

Ang mga anak ni Israel ay naging alipin sa Ehipto nang higit sa 400 taon. Tungkulin ni Moises na dalhin sila sa lupain ng Canaan. Mahal na mahal siya ng Diyos, kinausap siya ng harapan. Naging tapat siya sa buong sambahayan ng Diyos, at tinupad niya ang lahat ng iniutos sa kanya nito. Ni hindi niya inisip ang mga problemang kakaharapin niya. Labis pa ang katapatan niya sa lahat ng bagay para tuparin ang tungkulin niya bilang lider ng Israel at ama sa kanyang pamilya.

Isang araw, lumapit sa kanya ang biyenan niyang si Jethro. Ikinuwento ni Moises sa kanya ang lahat ng kamangha-manghang bagay na ginawa ng Diyos para sa mga mamamayan ng Israel. Kinabukasan, may nakitang kakaiba si Jethro. Madaling araw pa lang, may mga tao nang naghihintay para kausapin si Moises. Idinulog nila kay Moises ang mga hindi nila pagkakaunawaan na hindi nila kayang lutasin. Nagmungkahi si Jethro.

Sinasabi sa Exodo 18:21-22, *"Bukod dito'y pipili ka sa buong bayan ng mga lalaking may kakayahan, gaya ng mga may takot sa Diyos, mga lalaking mapagkakatiwalaan, at mga napopoot sa suhol. Ilagay mo ang mga lalaking iyon na mamuno sa kanila, mamuno sa libu-libo, sa daan-daan, sa lima-limampu, at sa sampu-sampu. Hayaan mong humaol sila sa bayan sa lahat ng panahon; bawat malaking usapin ay dadalhin nila sa iyo, ngunit bawat munting usapin ay sila-sila ang magpapasiya, upang maging mas madali para sa iyo, at magpapasan silang kasama mo."*

Pinakinggan ni Moises ang sinabi ni Jethro. Nakita niya na tama ang punto ng biyenan niya, tinanggap niya ang suhestiyon nito. Pumili si Moises ng mga lalaking may katangian tulad ng sinabi ni Jethro, mga napopoot sa suhol. Ginawa niya silang pinuno ng mga mamamayan bilang lider ng libu-libo, daan-daan, lima-limampu, at sampu-sampu. Sila ang hahatol sa maliliit na bagay sa lahat ng panahon, at si Moises ang hahatol sa mga sa malalaking pagtatalo.

Maaaring magbunga ng katapatan ang isang tao kung tinutupad niya ang lahat ng mga tungkulin niya ng taos-puso. Tapat si Moises sa mga miyembro ng pamilya niya at sa paglilingkod niya sa mga mamamayan. Ginamit niya ang lahat ng lakas at panahon niya, kaya kinilala siya bilang isang lalaking tapat sa buong sambahayan ng Diyos. Sinasabi ng Mga Bilang 12:7-8, *"Ang Aking lingkod na si Moises ay hindi gayon; ipinagkatiwala Ko sa kanya ang Aking* buong sambahayan. *Sa kanya'y nakikipag-usap ako nang harapan, nang maliwanag, at hindi sa malabong salitaan; at ang anyo ng PANGINOON ay kanyang nakikita."*

Anong klaseng tao ba ang mayroong bunga ng katapatan na kinikilala ng Diyos?

Gumawa ng higit pa sa inaasahan

Kapag binabayaran ang mga manggagawa, hindi natin masasabing tapat sila. Ginagawa lang nila ang tungkulin nila. Pwede nating sabihing tinapos nila ang trabaho nila, pero hanggang doon lang sa may kabayaran. Hindi nating pwedeng sabihing tapat sila. Pero may mga gumagawa ng higit pa sa inaasahan mula sa kanila, kahit mga manggagawang tumatanggap ng bayad. Hindi sila nag-aatubili, at hindi nila iniisip na masulit man lang ang ibinabayad sa kanila. Ginagawa nila ang kanilang tungkulin nang buong puso, isipan, at kaluluwa pati na ang oras at pera nila.

Ginagawa ng ilang mga manggagawa ng iglesya ang mahigit pa sa inaasahan mula sa kanila. Gumagawa sila kahit tapos na ang oras ng trabaho, o kahit bakasyon. At kung hindi sila pumapasok para magtrabaho, nasa isip pa rin nila ang tungkulin nila para sa Diyos. Palagi nilang iniisip ang mga paraan kung paano mas magiging mabuting lingkod ng iglesya at mga miyembro sa pamamagitan ng paggawa ng higit pa sa trabahong itinalaga sa kanila. Bukod dito, inaako nila ang tungkulin bilang mga lider ng maliliit na grupo (cell group) para alagaan ang mga kaluluwa.

Nagpapakita ito ng katapatan sa paggawa nang mahigit pa sa ipinagkatiwala sa atin.

Ginagawa din ng mga taong tapat ang higit pa sa responsibilidad nila. Halimbawa, noong nanalangin si Moises, nakahanda siyang ibigay pati ang buhay niya nang magkasala ang mga anak ni Israel para maligtas ang mga ito. Mababasa natin ito sa Exodo 32:31-32, sinabing, *"O, ang bayang ito'y nagkasala ng malaking kasalanan; at gumawa sila para sa kanilang sarili ng mga diyos na ginto. Ngunit ngayon, kung maaari ay patawarin Mo ang kanilang kasalanan – at kung hindi, ay burahin Mo ako sa aklat na isinulat Mo."*

Hindi lang kumilos si Moises para tuparin ang tungkulin na ibinigay sa kanya ng Diyos. Hindi niya inisip, 'Ginawa ko na ang lahat ng makakaya ko para ihatid sa kanila ang kalooban ng Diyos. Pero hindi nila ito tinanggap, wala na akong magagawa.' Ang kalooban niya ay tulad ng kalooban ng Diyos, ginabayan niya ang mga mamamayan nang buong pagmamahal at kalakasan. Kaya nang magkasala ang mga mamamayan, inisip niyang kasalanan niya ito at responsibilidad niyang panagutan ang pagkakasala ng mga ito.

Tulad din ito ni apostol Pablo. Sinasabi ng Mga Taga-Roma 9:3, *"Sapagkat mamagalingin ko pang ako ay sumpain at mawalay kay Cristo alang-alang sa aking mga kapatid, na aking mga kapatid, na aking mga kamag-anak ayon sa laman."* Hindi nangangahulugang nahubog na sa kalooban natin ang espirituwal na katapatan dahil nalaman at narinig natin ang tungkol sa pagiging tapat nina Pablo at Moises.

May iba rin namang sasabihin ang mga taong may

pananampalataya at tumutupad sa kanilang tungkulin sa sinabi ni Moises kung malalagay sila sa kaparehong situwasyon. Ibig sabihin, may mga magsasabing, "Diyos ko, ginawa ko na ang lahat, naaawa ako sa mga taong ito, pero nagdusa din naman ako nang matindi sa paggabay sa kanila." Ang totoong gusto nilang sabihin ay, "Malakas ang loob ko dahil ginawa ko ang lahat ng dapat kong gawin." O baka mag-alala sila na mapagsabihan dahil sa kasalanang ginawa ng ibang tao, madadamay pa sila. Malayo sa pagiging tapat ang kaloobang tulad nito.

Hindi lahat ng tao ay makakapanalangin ng, "Patawarin Mo ang kasalanan nila, at kung hndi, burahin Mo ako sa aklat na isinulat Mo." Ang tinutukoy lang dito ay kung mayroon tayong bunga ng katapatan sa puso natin, hindi natin pwedeng basta sabihing responsibilidad natin ang mga pagkakamali. Bago natin isiping ginawa nating lahat ang makakaya natin sa gawaing ibinigay sa atin, isipin muna natin kung anong klaseng kalooban ang nasa atin nang ibigay sa atin ang mga tungkulin sa unang pagkakataon.

At isipin din natin ang pag-ibig at habag ng Diyos para sa mga kaluluwa na hindi Niya gustong mamatay ang mga ito kahit sinabi Niyang paparusahan sila dahil sa mga kasalanan nila. Kaya, anong klaseng panalangin ang idudulog natin sa Diyos? Baka sabihin natin mula sa kaibuturan ng puso, "Diyos ko, kasalanan ko ito, hindi ko sila ginabayan nang maayos. Bigyan Mo po sila ng isa pang pagkakataon, alang-alang sa akin."

Ito'y katulad ng iba pang aspeto, hindi sasabihin ng mga tapat, "Sapat na ang ginawa ko." Magpapatuloy sila sa paglilingkod nang buong puso. Sa 2 Mga Taga-Corinto 12:15, sinabi ni Pablo,

"Ako'y may malaking kagalakan na gugugol at gugugulin para sa inyo. Kung kayo'y iniibig ko nang lalong higit, ako ba'y dapat ibigin nang kaunti?"

Ibig sabihin, hindi pinilit si Pablo na mag-alaga ng mga kaluluwa, at ni hindi siya nagkunwari. Malaki ang kagalakan niya sa pagtupad ng tungkulin niya sa mga kaluluwa.

Paulit-ulit niyang inialay ang sarili na may lubos na katapatan sa mga kaluluwa. Tulad ni Pablo, tunay na katapatan kung matutupad natin ang tungkulin natin at higit pa dito nang may kagalakan at pag-ibig.

Maging tapat sa katotohanan

Ipagpalagay nating may isang taong sumali sa isang barkadahan. Nakahanda siyang ibigay ang buhay niya sa pinuno nila. Tapat ba siya sa paningin ng Diyos? Siyempre, hindi! Papahalagahan ng Diyos ang katapatan natin kung tapat tayo sa kabutihan at katotohanan.

Habang nagsusulong ang isang Cristiano ng masigasig na buhay sa pananampalataya, malamang mabigyan siya ng maraming tungkulin. Kung minsan, sa simula lang sila ganadong tumupad ng mga tungkulin nila, pero darating ang panahong susuko na lang sila. Magsisimula silang mag-isip ng ibang mga bagay, tulad ng negosyong plano nilang palaguin. Baka mawalan sila ng gana para gawin ang tungkulin nila dahil sa kahirapan ng buhay, o umiiwas sila sa pag-uusig ng ibang tao. Bakit nagbabago ang isip nila? Ito ay sapagkat napabayaan nila ang espirituwal na katapatan habang naglilingkod sila sa kaharian ng Diyos.

Ang paglilinis ng puso ay espirituwal na katapatan. Ito ay patuloy na paghuhugas ng balabal ng puso. Ito ay pagwawaksi ng lahat ng klase ng kasalanan, kasinungalingan, kasamaan, kabuktutan, kawalan ng batas, at kadiliman para maging banal. Sinasabi ng Pahayag 2:10, *"Maging tapat ka hanggang sa kamatayan, at ibibigay ko sa iyo ang korona ng buhay."* Ang sinasabing 'maging tapat ka hanggang sa kamatayan' dito ay hindi lang puspusan at tapat na paglilingkod hanggang sa pisikal na kamatayan. Nangangahulugan din ito na dapat tuparin natin ang Salita ng Diyos sa Biblia nang lubos at buong buhay.

Para magkaroon ng espirituwal na katapatan, labanan natin ang kasalanan hanggang dumanak ang dugo. Sundin natin ang mga utos ng Diyos. Ang pinakamahalaga ay iwaksi ang kasamaan, kasalanan, at kasinungalingan. Ang mga ito ay kinapopootan ng Diyos. Kung puspusan ang paggawa ng pisikal na katawan natin pero hindi natin nililinis ang ating puso, hindi pwedeng sabihin espirituwal ang katapatan natin. Sinabi ni Pablo, "Namamatay ako bawat araw," Dapat mamatay ang laman natin araw-araw at magpakabanal tayo. Ito ang espirituwal na katapatan.

Ang pinakahinahangad ng Diyos Ama mula sa atin ay kabanalan. Dapat nating matanto ang puntong ito at pagsikapang maglinis ng puso. Hindi ito nangangahulugang hindi tayo pwedeng tumanggap ng kahit na anong tungkulin habang nagpapakabanal tayo. Ang ibig sabihin dito ay magsikap tayo sa pagpapakabanal habang ginagawa natin ang ating tungkulin.

Hindi magbabago ng katapatan ang mga taong patuloy na naglilinis ng puso. Hindi sila susuko sa mahalagang tungkulin nila dahil nahihirapan sila sa araw-araw na pamumuhay o dahil sa kalungkutan ng buhay. Ang mga tungkuling ibinigay ng Diyos ay kasunduan sa pagitan natin at ng Diyos, huwag nating talikuran ito dahil lang nahirapan tayo.

Pero anong mangyayari kung pababayaan natin ang paglilinis ng puso? Hindi natin makakayanan kapag nagkaroon tayo ng mga problema at at kahirapan. Maaaring talikuran natin ang pagtitiwala natin sa Diyos at sumuko sa mga tungkulin. Pagkatapos, kapag naibalik natin ang pagpapala ng Diyos, magsisikap muli taya sa pagtupad ng tungkulin pero panandalian lang, paulit-ulit na mangyayari ito. Hindi pwedeng sabihing mga tapat na lingkod ang mga manggagawang tulad nito, pabago-bago ang ugali, kahit mahusay nilang ginagampanan ang tungkulin nila.

Para kilalanin ng Diyos ang katapatan natin, dapat maging espirituwal ito. Ibig sabihin linisin natin ang puso natin. Ang malinis na puso ay hindi gantimpala para sa atin, ito ay isang bagay na kinakailangang gawin ng mga ligtas na anak ng Diyos. Kung iwawaksi natin ang mga kasalanan natin at tutuparin ang mga tungkulin nang may banal na puso, mas marami ang ating ibubunga kaysa kapag tinutupad natin ito nang may makalaman na pag-iisip. Samakatwid, tatanggap tayo ng mas malalaking gantimpala.

Halimbawa, ipagpalagay nating nagboluntaryo kayong tumulong sa mga gawain sa iglesya sa araw ng Linggo, pinagpawisan ninyo ito, pero marami kayong nakaaway. Kung nagrereklamo kayo at masama ang loob habang naglilingkod sa iglesya, mababawasan ang gantimpala ninyo. Kung maglilingkod kayo sa iglesya ng may kabutihan at pag-ibig, at kasundo ang lahat ng tao, ang paglilingkod ninyo ay mabangong samyo na katanggap-tanggap sa Diyos. Magiging gantimpala ang bawat mabuting bagay na ginawa ninyo.

Gumawa ayon sa kalooban ng Panginoon

Sa iglesya, dapat tayong maglingkod ayon sa kalooban ng Diyos. At dapat tayong maging tapat sa pagsunod sa mga lider o pinuno ayon sa tuntunin ng iglesya. Sinasabi sa Mga Kawikaan 25:13, *"Tulad ng lamig ng niyebe sa panahon ng anihan, ang tapat na sugo sa kanila na nagsugo sa kanya, sapagkat kanyang pinagiginhawa ang espiritu ng mga panginoon niya."*
Kahit masigasig tayo sa pagtupad ng tungkulin, dapat din nating sundin ang hinahangad ng pinuno natin, hindi ang sariling kagustuhan. Halimbawa, sinabihan kayo ng boss ng kumpanya ninyo na manatili sa opisina dahil may dadating na mahalagang kliyente. Pero mayroon kayong dapat asikasuhing bagay na may kinalaman sa trabaho ninyo sa kumpanya. Inasikaso ninyo ito, tumagal ng isang buong araw. Kahit para sa kumpanya ang ginawa ninyo, sa paningin ng boss, hindi kayo naging tapat.

Ang dahilan kung bakit hindi natin sinusunod ang kalooban ng pinuno ay sapagkat sinusunod natin ang sariling ideya o mayroon tayong makasariling motibo. Parang naglilingkod sa pinuno ang taong ito pero hindi siya tapat sa paggawa nito. Sinusunod lang niya ang sariling saloobin at hangarin. Ipinakita niya na pwede niyang balewalain ang kagustuhan ng kanyang pinuno kung kailan niya gusto.

Sa Biblia may mababasa tayo tungkol sa isang taong ang pangalan ay Joab. Kamag-anak at heneral siya sa hukbo ni David. Kasama siya ni David sa lahat ng panganib habang tinutugis ito ni Haring Saul. Matalino at matapang siya. Pinapamahalaan niya ang mga bagay na gustong isakatuparan ni David. Nang lusubin niya ang mga Amonita at sakupin ang lungsod nila, pwede na niyang kunin ito, pero ipinaubaya niya ito kay David. Hindi niya inagaw ang mga papuri sa pagsakop ng lunsod, ibinigay niya ito kay David.

Napakahusay ng paglilingkod niya kay David, pero hindi gaanong mapalagay si David sa kanya. Ito ay sapagkat hindi siya sumusunod kay David kung hindi siya makikinabang. Hindi niya iginagalang si David kung gusto niyang isagawa ang sariling layunin.

Halimbawa, lumapit kay David ang kalabang si Heneral Abner para sumuko. Tinanggap siya ni David dahil mas mabilis niyang mapapatatag ang mga mamamayan kung tatanggapin niya ito. Pero nang malaman ni Joab ang tungkol dito, sinundan niya si Haring Abner at pinatay. Ang dahilan ay sapagkat napatay ni Abner ang kapatid ni Joab sa nakaraang labanan. Batid niya na malalagay sa mahirap na situwasyon si David dahil sa ginawa niya, pero sinunod pa rin niya ang sariling damdamin.

At nang maghimagsik ang anak ni David na si Absalom laban sa kanya, hiniling nito sa mga sundalong lalaban sa mga tauhan ni Absalom na maging maingat sa anak niya. Kahit narinig ni Joab ang utos na ito, pinatay pa rin niya si Absalom. Marahil ang dahilan niya ay kung hindi niya papatayin si Absalom, maghihimagsik ulit ito. Pero pagsuway pa rin sa utos ng hari ang ginawa ni Joab, sinunod niya ang sariling desisyon.

Kahit kasama siya ng hari sa lahat ng mahihirap na sandali, sinuway niya ito sa mga mahahalagang pagkakataon, hindi siya pwedeng pagkatiwalaan ni David. Sa bandang huli, nagrebelde si Joab laban sa anak ni David, na si Haring Solomon, kaya napatay siya. Gusto sana niyang iluklok sa trono ang isang tao bilang hari sa halip na sundin ang kalooban ni David. Pinagsilbihan niya si David sa buong buhay niya, pero sa halip na maging karapatdapat na lingkod, nagwakas ang buhay niya bilang isang rebelde.

Kapag naglilingkod tayo sa Diyos, ang mahalagang bagay ay pagsunod sa kalooban Niya, hindi ang marangya at mapaghangad na paglilingkod. Walang silbi ang pagiging tapat kung lalabanan natin ang kalooban Niya. Kapag manggagawa tayo ng iglesya, sundin natin ang mga pinuno sa halip na sariling ideya. Sa paraang ito, hindi makakapag-akusa ang kaaway na diyablo at Satanas sa atin, sa bandang huli, maluluwalhati natin ang Diyos.

Maging tapat sa buong sambahayan ng Diyos

Ang kahulugan ng 'maging tapat sa buong sambahayan ng Diyos' ay maging tapat sa lahat ng aspeto na may kinalaman sa sarili. Dapat nating gawin ang reponsibilidad natin kahit may iba pa tayong tungkulin. Kahit wala tayong itinakdang tungkulin sa iglesya, isa sa mga tungkulin natin ay dumalo kung saan at kailan tayo kailangang dumalo bilang miyembro.

Bawat isa ay may tungkulin, sa lugar ng trabaho o eskwelahan, hindi lang sa iglesya. Sa lahat ng aspetong ito, dapat nating tuparin ang tungkulin natin bilang miyembro. Ang pagiging tapat sa buong sambahayan ng Diyos ay pagtupad ng lahat ng ating tungkulin na may kinalaman sa buhay natin; bilang mga anak ng Diyos, bilang mga lider o miyembro ng iglesya, bilang kapamilya, bilang mga empleyado ng isang kumpanya; o bilang mga estudyante o guro sa eskwelahan. Huwag tayong maging tapat sa isa o dalawang tungkulin, pagkatapos, pababayaan na ang iba.

Maging tapat tayo sa lahat ng aspeto.

Baka isipin ninyo, "Iisa ang katawan ko, paano ako magiging tapat sa lahat ng aspeto?" Habang nagiging espirituwal tayo, nagiging madaling maging tapat sa buong sambahayan ng Diyos. Kahit kaunting oras lang ang ibigay natin, tiyak na aanihin natin ang bunga kung maghahasik tayo sa espiritu.

Hindi uunahin ng mga espirituwal ang sariling pakinabang at kaginhawahan, iisipin muna nila ang ibang tao. Papakinggan muna nila ang saloobin ng ibang tao. Gagawin ng mga taong tulad nito ang tungkulin nila kahit magsakripisyo sila. Mapupuspos ng kabutihan ang puso natin ayon sa antas na naabot natin sa pagiging espirituwal. At kung mabuting tao tayo, hindi tayo magtatangi. Kaya kahit marami tayong tungkulin, hindi natin pababayaan ang kahit isa sa mga ito.

Pagsisikapan nating maalagaan ang ating kapaligiran at dadagdagan natin ang pagmamahal sa kapwa. Makikita ng mga tao sa paligid natin ang pagiging totoo ng kalooban natin. Hindi sila mabibigo kung hindi natin sila madadamayan sa lahat ng oras, sa halip, magpapasalamat sila sa ipinapakita nating pagmamahal para sa kanila.

Halimbawa, may dalawang tungkulin ang isang tao. Lider siya sa isa ay miyembro sa isa. Kung mabuting tao siya at may bunga ng katapatan, parehong hindi niya pababayaan ang dalawang tungkuling ito. Hindi niya sasabihin, "Mauunawaan ng mga miyembro ng isang grupo ang hindi ko pagsama sa kanila dahil ako ang lider doon sa isang grupo." Kung hindi siya makakasama doon sa isang grupo, sisikapin niyang makatulong sa ibang paraan nang buong puso, aalalahanin at idadalangin niya ang grupong ito. Pwede tayong maging tapat sa buong sambahayan ng Diyos at maging mapayapa sa lahat ng tao kung mabuti ang puso natin.

Katapatan sa Kaharian at Katuwiran ng Diyos

Pinagbili si Jose bilang isang alipin sa kabahayan ni Potiphar, ang pinuno ng ng mga bantay ng hari. Napakamatapat niya sa rabaho at mapagkakatiwalaan, kaya't ipinaubaya ni Potiphar ang lahat ng gawain sa kabahayan sa batang alipin, wala siyang pakialam anuman ang gawin nito. Inasikaso ni Jose kahit ang maliliit na bagay, ibinigay ang pinakamahusay na trabaho. Nasa puso niya ang panginoon niya.

Kailangan din ng kaharian ng Diyos ng mga tapat na manggagawa sa maraming lugar. Kung may tungkulin kayo at ginagawa ninyo ito ng tapat, hindi na kayo kailangang bantayan, malaki ang magagawa ninyo para sa kaharian ng Diyos!

Sinasabi ng Lucas 16:10, *"Ang tapat sa kakaunti ay tapat din naman sa marami at ang di tapat sa kakaunti ay di rin naman tapat sa marami."* Kahit naglilingkod siya sa tao, tapat ang paglilingkod ni Jose dahil sumasampalataya siya sa Diyos. Pinahalagahan ito ng Diyos, ginawa Niyang Punong Ministro si Jose ng Ehipto.

Hindi ako naging kampante tungkol sa kapangyarihan ng Diyos. Palagi akong nag-aalay ng magdamag na panalangin kahit noong bago magbukas ang iglesya. Pero nang magbukas ang iglesya, nanalangin ako mula hatinggabi hanggang ika-4:00 ng madaling araw, at nanguna sa pulong panalangin pagdating ng ika-5:00 ng umaga. Noong panahong iyon, wala pang pulongpanalanging Daniel, mayroon na ito ngayon at nagsisimula tuwing ika-9:00 ng gabi. Wala rin kaming mga lider ng mliliit na grupo (cell group) at mga pastor noon, tanging ako lang ang namumuno ng mga pulong panalangin, pero hindi ako lumiban kahit isang araw.

Bukod dito, kailangan kong maghanda ng mga sermon para sa mga pagsamba sa araw ng Linggo, Miyerkules, at magdamag na pagsamba tuwing Biyernes, habang nag-aaral ng teolohiya sa seminaryo. Hindi ko ipinagpaliban ang mga tungkulin ko kahit pagod ako. Pag-uwi ko mula sa seminaryo, bumibisita ako sa mga miyembro o nag-aalaga ng mga maysakit. Buong puso ang ibinibigay ko sa bawat miyembro ng iglesyang binibisita ko para maging espirituwal ang paglilingkod ko sa kanila.

Noong panahong iyon, sumasakay lang sa bus ang mga estudyante. Dalawa o tatlong beses silang nagpapalipat-lipat ng bus para makarating sa iglesya. Pero ngayon, may sariling mga bus na ang iglesya. Gusto kong makarating sa iglesya ang mga estudyante nang hindi na aalalahanin ang pambayad sa bus. Sinundan ko hanggang sa sakayan ng bus ang mga estudyante pagkatapos ng pagsamba hanggang sa makaalis sila, binigyan ko sila ng 'token'o tiket. Ang ibinigay kong tiket ay higit pa sa kakailanganin para sa isang araw, may pasobra pa para makabalik sila sa susunod na Linggo. Ang halaga ng kaloob para sa iglesya ay mga ilang sampung piso lang, hindi pa kayang sagutin ng iglesya ang pamasahe nila kaya mula sa sarili kong ipon nagmumula ang ibinigay kong pera para sa pamasahe nila.

Kapag may bagong nagparehistro, ipinapalagay kong mahalagang hiyas ang bawat isa sa kanila. Idinadalangin ko sila at pinaglilingkuran nang buong pagmamahal para manatili ang bawat isa sa kanila. Dahil dito, walang umalis ni isang nagparehistro. Kaya nagpatuloy sa paglago ang iglesya. Ngayong marami nang miyembro ang iglesya, ibig sabihin ba nanlalamig na ang katapatan ko? Siyempre, hindi! Ang kaalaban ko para sa mga kaluluwa ay hindi manlalamig.

Ngayon, mayroon na kaming mahigit sa sampung libong sangay na iglesya sa buong mundo. Mayroon na ring napakaraming pastor, mga elders, mga punong diakonesa, mga lider ng distrito, at ng mga distritong sakop nito, at mga maliliit na grupo (cell group). Pero, ang pananalangin at pagmamahal ko para sa mga kaluluwa ay mas lalong umiinit.

May pagkakataon bang nanlamig ang katapatan ninyo sa Diyos? Mayroon ba sa inyo na dating may mga tungkulin na mula sa Diyos, pero ngayon ay wala na? Kung kapareho pa rin ng mga tungkulin ninyo noon ang mga tungkulin niyo ngayon, nabawasan ba ang kaalaban ninyo sa pagtupad ng tungkuling ito? Kung tunay ang pananampalataya natin, mas lalago ang katapatan natin habang lumalago ang pananampalataya natin. At tapat tayo sa Panginoon para tuparin ang kaharian ng Diyos at makapagligtas ng maraming kaluluwa. Marami tayong tatanggaping mahalagang gantimpala pagdating natin sa Langit!

Kung nais ng Diyos na makita ang katapatan sa pamamagitan ng mga gawa, hindi na sana Siya lumikha ng sangkatauhan dahil may hindi mabilang na hukbo ng langit at mga anghel na marunong sumunod. Pero ayaw ng Diyos ng robot, sunod lang nang sunod. Gusto Niya ng mga anak na magiging tapat sa pagmamahal nila sa Kanya na nagmumula sa kaibuturan ng puso nila.

Sinasabi ng Mga Awit 101:6, *"Ang mga mata ko'y itititig Ko sa mga tapat sa lupain, upang sila'y makatirang kasama Ko. Siya na lumalakad sa sakdal na daan ay maglilingkod sa Akin."* Tatanggapin ang biyayang makarating sa Bagong Jerusalem, ang pinakamagandang tirahan sa Langit, ng mga nagwaksi ng lahat ng klaseng kasamaan at naging tapat sa buong sambahayan ng Diyos. Samakatwid, umaasa ako na magiging mga haligi kayo ng kaharian ng Diyos at tamasahin nawa ninyo ang karangalang mapalapit sa trono ng Diyos.

Mateo 11:29

"Pasanin ninyo ang Aking pamatok, at matuto kayo sa Akin; sapagkat Ako'y maamo at may mapagpakumbabang puso at makakatagpo kayo ng kapahingahan para sa inyong mga kaluluwa."

Laban sa mga Ito ay Walang Kautusan

Kabanata 9

Kaamuan

Kaamuan para tumanggap ng maraming tao

Espirituwal na kaamuan na may kalakip na kabutihang-loob

May katangian ng mga nagbunga ng kaamuan

Magbunga ang kaamuan

Magbungkal ng mabuting lupa

Mga biyaya para sa maamo

Kaamuan

Maraming tao ang nag-aalala tungkol sa init ng ulo, depresyon, o pagiging mahiyain (mas pipiliing mag-isa kaysa humarap sa ibang tao) o hindi nahihiya (mapagkaibigan). Nakakabigla ito! Kapag hindi nangyari ang inaasahan, iniisip ng mga tao na ang dahilan nito ay ang pagkatao o ugali nila, sinasabing, "Hindi ko mapigilan ang sarili ko, ganoon talaga ako." Pero Diyos ang lumalang ng tao, madali para sa Kanya na baguhin ang ugali ng tao sa kapangyarihan Niya.

Nakapatay ng tao si Moises dahil magagalitin siya, pero nagbago siya dahil sa kapangyarihan ng Diyos. Kinilala siya ng Diyos bilang pinakamapagpakumbaba at mahinahong tao sa ibabaw ng lupa. Binansagan si apostol Juan na 'anak ng kulog', pero binago siya ng kapangyarihan ng Diyos at kinilalang 'maamong apostol.'

Magbabago at magiging maamo kahit ang mga mainitin ang ulo, mapagmalaki, at makasarili kung nakahanda silang iwaksi ang kasamaan at hubugin ang kanilang puso.

Kaamuan para tumanggap ng maraming tao

Ayon sa diksiyunaryo, ang kaamuan ay pagiging magiliw, mahinahon, malumanay, o magalang. Sa mata ng mga tao dito sa mundo maamo ang mga mahiyain o 'hindi palakaibigan', mga nahihirapang magpahayag ng damdamin, mga walang muwang dahil sa kakaunting kaalaman, at mga hindi magagalitin.

Pero higit pa sa kahinahunan at pagiging magiliw ang espirituwal na kaamuan. Ito ay karunungan, may kakayahang kumilala ng tama at mali. Ang mga taong ito ay mabuti kaya inuunawa at tinatanggap nila ang lahat ng tao. Ibig sabihin, ang espirituwal na kaamuan ay mabuting kalooban na may magiliw at mahinahong pagkatao. Kung kayo ay mayroong banal at mabuting kalooban, hindi kayo magiging mahinahon sa lahat ng oras, pwede rin kayong maging mahigpit kung kinakailangan pero nananatiling marangal.

Kasinlambot ng bulak ang puso ng maamong tao. Kung pupukulin ninyo ng bato o susundutin ng karayom ang isang pirasong bulak, hindi ito maaapektuhan. Tulad nito, ang mga taong espirituwal na maamo ay hindi magagalit kahit ano pa ang pagtrato ng mga tao sa kanila. Hindi sila nagpapahirap ng ibang tao.

Hindi sila nanghuhusga o nanghahatol, sila ay maunawain at mapagtanggap. Napapalagay ang mga tao sa kanila, nilalapitan at namamahinga sila sa mga taong maamo. Parang malaking puno na marami ang sanga, kublihan ito ng mga ibon, dito sila nagpapahinga at nagpupugad.

Si Moises ang isa sa mga taong kinilala ng Diyos sa kanyang kaamuan. Sinasabi ng Mga Bilang 12:3, *"Ang lalaki ngang si Moises ay napakaamo, higit kaysa lahat ng lalaki sa ibabaw ng lupa."* Noong panahon ng Exodo, mayroong 600,000 lalaking sapat sa gulang ang mga anak ni Israel. Kung isasama ang mga kababaihan at mga bata, aabot ito ng mahigit sa dalawang milyon. Para sa isang pangkaraniwang nilalang, napakahirap pamunuan ang napakalaking bilang ng mga tao.

Lalong-lalo na ang mga taong katulad ng mga ito, matigas ang mga puso nila dahil sa naranasan nila, inalila sila sa Ehipto. Kung binubugbog kayo araw-araw, minumura at sinisigawan ng masasamang salita, at gumagawa ng mabibigat na trabaho, gagaspang at titigas ang puso ninyo. Dahil ganito ang nangyari sa kanila, mahirap ibalik sa kalooban nila ang dangal para mahalin nila ang Diyos ng buong puso. Ito ang dahilan kung bakit palagi nilang sinusuway ang Diyos kahit ipinakita ni Moises ang dakilang kapangyarihan nito.

Nang maharap sila sa kahit hindi gaanong mahirap na situwasyon, nagsimula silang magreklamo, nilabanan nila si Moises. Makikita natin kung gaano kaespirituwal ang kaamuan ni Moises sa pamumuno niya sa ganitong klaseng mga tao sa ilang sa loob ng 40 taon. Siya ay may espirituwal na kaamuan, isa sa mga bunga ng Banal na Espiritu.

Espirituwal na kaamuan na may kalakip na kabutihang-loob

Mayroon ba sa inyong nag-iisip ng ganito: 'Hindi ako magagalitin, mas mahinahon ako kaysa sa iba, pero hindi sinasagot ng Diyos ang mga dalangin ko. Hindi ko rin naririnig ang tinig ng Banal na Espiritu'? Baka kailangan ninyong suriin kung ang kaamuan ninyo ay espirituwal. Pwedeng isipin ng mga tao na maamo kayo kung kayo ay malumanay at kalmado, pero makalaman ang kaamuang ito.

Espirituwal na kaamuan ang nais ng Diyos. Hindi lang pagiging mahinahon at kalmado ang espirituwal na kaamuan, may kalakip itong kabanalan at kabutihang-loob. Dapat itong makita para mahubog ang espirituwal na kaamuan. Parang isang taong may napakahusay na asal at may kasuotang angkop sa pagkatao niya. Kung mabuti ang ugali ng isang tao pero nakahubad siya, mapapahiya siya. Tulad nito, hindi kumpleto ang kaamuan kung walang kabanalan at kabutihang-loob.

Parang magandang kasuotan ang kabanalan at kabutihang-loob na nagpapatingkad sa kaamuan. Iba ito sa mga mapagpanggap o mapagpaimbabaw na gawain. Kung hindi banal ang puso ninyo kahit gumawa kayo ng kabutihan, hindi pwedeng sabihing maganda ang kalooban ninyo. Kung mas pipiliin ninyong magpakita ng tamang pagkilos sa halip na hubigin ang kalooban, baka hindi na ninyo makita ang mga pagkukulang ninyo. Baka isipin ninyong lumalago na ang espiritu ninyo.

Pero kahit sa mundong ito, hindi kagigiliwan ng mga tao ang isang taong sa panlabas lang maayos pero masama naman ang ugali. Kahit sa pananampalataya, kung tutuon kayo sa mga gawa sa halip na hubugin ang mabuting kalooban, balewala ito.

Halimbawa, matuwid ang isang tao sa panlabas, pero hinuhusgahan at minamaliit nila ang ibang taong hindi kumikilos ng tulad nila. Ipipilit din nila ang sariling pamantayan nila sa pakikiharap sa mga ito, iisipin nila, 'Ito ang tamang paraan, gayahin mo na lang.' Maaaring magsabi sila ng magagandang bagay kapag nagpapayo sila, pero sa puso nila, nanghuhusga ang puso nila. Nagsasalita sila ayon sa pagmamalinis at mga sama ng loob nila. Hindi mapapalagay ang mga tao sa mga katulad nito. Masasaktan lang sila at panghihinaan ng kalooban. Hindi nila magugusthang mapalapit sa ganitong klaseng mga tao.

May mga taong nagagalit at naiirita, depende ito sa sariling pagmamalinis at kasamaan nila. Pero sinasabi nila, 'nasa katwiran ang galit' nila, at para rin ito sa kapakanan ng ibang tao. Pero mananatiling mapayapa ang isipan ng mga taong banal at may kabutihang-loob kahit ano pa ang situwasyon.

Kung totoong gusto ninyong lubos na magkaroon ng bunga ng Banal na Espiritu hindi pwedeng basta na lang pagtakpan ang kasamaan sa puso ng panlabas na kabutihan. Pagpapanggap lang ito. Suriin ninyo nang paulit-ulit ang sarili ninyo sa bawat bagay at piliin ninyo ang mabuting paraan.

Mga katangian ng mga nagbunga ng kaamuan

Kapag may isang taong maamo at may bukas na kalooban, sinasabing parang dagat ang puso niya. Sinasalo ng dagat ang lahat ng maruruming tubig mula sa mga batis at ilog at pinapadalisay ito. Kung huhubugin natin ang ating puso para maging maamo at malawak tulad ng dagat, madadala natin sa daan patungo sa kaligtasan kahit ang mga kaluluwang may mantsa ng kasalanan.

Kung magpapakita tayo ng kabutihang-loob habang taglay natin ang maamong kalooban, maraming tao ang lalapit sa atin. Maraming malalaking bagay tayong magagawa. Narito ang mga katangian ng mga nagbunga ng kaamuan.

Una, kagalang-galang at mahinahon sila sa pagkilos

May mga taong parang mahinahon pero ang totoo, hindi sila makapagpasiya, urong-sulong sabi nga, nahihirapang makibagay sa iba ang mga taong tulad nito. Mababa ang tingin sa kanila ng ibang tao at gagamitin sila para sa kapakanan ng iba. Sa kasaysayan ng mundo, may mga haring maamo at mahinahon, pero wala silang kabanalan at kabutihang-loob, kaya hindi matatag ang bansang pinagharian nila. Paglipas ng panahon, hindi natandaan ng mga tao ang kaamuan at kahinahunan niya, mas naalala nila na hindi siya makapagdesisyon at wala siyang kakayahang mamuno.

Sa kabilang banda, may mga haring masigla at malumanay, marunong at marangal din sila. Sa ilalim ng pamumuno ng ganitong klaseng hari, matatag ang bansa at mapayapa ang mga mamamayan. Tulad nito, ang mga taong maamo, banal at may kabutihang-loob ay may tamang pamantayan ng paghatol. Ginagawa nila kung ano ang makatarungan sa pamamagitan ng tamang pagkilala kung ano ang tama at mali.

Napakalakas at napakahigpit ni Jesus nang linisin Niya ang Templo. Pinagwikaan Niya ang mga Fariseo at eskriba sa pagkukunwari ng mga ito. Mahinahon Siya, 'hindi Niya babaliin ang tambong nasugatan ni papatayin ang nagbabagang mitsa', pero mabagsik din Siyang magpagalit kung kinakailangan. Kung marangal at matuwid ang puso ninyo, hindi kayo babalewalain ng ibang tao kahit hindi kayo nagtataas ng boses o naghihigpit.

May kinalaman din ang panlabas na anyo sa pagtulad sa Panginoon at perpektong pagkilos ng katawan. Marangal, makapangyarihan, at makabuluhan ang pananalita ng mga taong banal; maingat sila sa pananalita, makabuluhan ang sinasabi nila. Ibinabagay nila sa okasyon ang kasuotan nila. Maaliwalas at may ngiti ang mukha nila.

Halimbawa, may isang taong magulo ang buhok at marumi ang pananamit. Hindi marangal ang tindig niya. Mahilig din siyang magpatawa, at walang saysay ang mga sinasabi niya. Malamang mahirap para sa ganitong klaseng tao na makuha ang tiwala at respeto ng ibang tao. Hindi nila gugustuhing mapalapit sa kanya.

Kung palaging nagbibiro si Jesus, nakipagbiruan marahil sa Kanya ang mga alagad Niya. Kaya kung magtuturo Siya ng isang bagay na mahirap, hindi na nila seseryosohin. Makikipagtalo sila sa Kanya at ipipilit ang sarili nilang opinyon. Pero ni hindi sila nagbalak na gawin iyon, kahit ng mga nagbalak na makipagtalo sa Kanya dahil marangal Siya. Ang mga salita ni Jesus ay makabuluhan at marangal, hindi Siya pwedeng ipawalang halaga.

Kung minsan, pwedeng magbiro kahit ang isang taong may mataas na posisyon para maging palagay ang mga tauhan niya. Pero kung sila-sila lang ang nagbibiruan, nagpapakita ito ng hindi mabuti asal, ibig sabihin, kulang sila sa pag-intindi. Kung ang mga lider ay hindi matuwid, hindi maayos ang pananamit, hindi rin nila makukuha ang tiwala ng mga tao. Dapat maging matuwid, may mahusay na pagsasalita, at magandang ugali ang mga humahawak ng matataas na posisyon.

Kagalang-galang na pagsasalita at pagkilos ang ginagamit ng isang taong may mataas na posisyon sa isang organisasyon sa harapan ng mga tauhan niya. Kung minsan, kapag sumosobra o lumalabis ang pagpapakita ng respeto ng tauhan, gagamit ng pangkaraniwang salita ang pinuno para mawala ang takot sa kanya ng tauhan. Mas magiging bukas ang kalooban ng tauhan sa pinuno. Hindi dapat maliitin, makipagtalo, o suwayin ng mga tauhan ang pinuno dahil lang nakibagay ito sa kanila.

Sinasabi ng Mga Taga-Roma 15:2, *"Bawat isa sa atin ay magbigay lugod sa kanyang kapwa para sa kanyang kabutihan, tungo sa ikakatibay niya."* At sa Filipos 4:8, *"Kahuli-hulihan, mga kapatid, anumang bagay na totoo, anumang bagay na kagalang-galang, anumang bagay na matuwid, anumang bagay na malinis, anumang bagay na kaibig-ibig, anumang bagay na kapuri-puri, kung mayroong anumang kagalingan, at kung may anumang nararapat papurihan, ay isipin ninyo ang mga bagay na ito."* Sinabi, gagawin lahat ng bagay sa matuwid na paraan ng mga banal at may mabuting kalooban. Iisipin nila ang kapakanan ng ibang tao.

Susunod, magpapakita ng awa at habag ang maamo, malawak ang pang-unawa niya

Bukod sa pagtulong sa mga pangangailangan sa pinansyal, pinapalakas din at pinagpapala ng mga taong maamo ang mga napapagod at nanghihinang espiritu. Kung nakatago lang sa puso ang kaamuang ito, hindi mailalabas ang mabangong samyo ni Cristo.

Halimbawa, may isang mananampalataya na dumaranas ng pag-uusig sa kanyang pananampalataya. Kung nalaman ito ng mga lider ng iglesya sa paligid niya, kakaawaan siya ng mga ito, idadalangin siya. Sila ang mga lider na nahahabag pero hindi kumikilos, nasa puso lang ang habag nila. Sa kabilang banda, personal ang pagpapalakas ng loob at pagdamay ng ibang lider. Kumikilos sila, depende sa situwasyon. Pinapalakas nila ang mga taong nangangailangan ng tulong para magtagumpay sila nang may pananampalataya.

Para sa isang taong may pinagdadaanang malaking problema, magkaiba ang epekto ng pag-alaala sa kanya ng ibang tao at aktwal na pagtulong. Kapag naipakita ang kaamuan sa pamamagitan ng kabutihang loob, mabibigyan ng buhay at pagpapala ang ibang tao.

Kaya nang sabihin sa Biblia na *"Mapapalad ang mga mapagpakumbaba, sapagkat mamanahin nila ang lupa"* (Mateo 5:5), may malaking kaugnayan ito sa katapatan, na ipinapakita bilang banal na kabutihang-loob. May kaugnayan ang 'mamanahin ang lupa' sa mga gantimpala sa langit. Kadalasan, may kinalaman ang pagtanggap ng mga gantimpala sa langit sa katapatan. Kapag ginawaran kayo ng plake ng pagkilala, parangal, o gantimpala dahil sa pagpapahayag ng ebanghelyo, resulta ito ng inyong katapatan. Tatanggap din ng mga biyaya ang kaamuan na ipinapakita sa banal na kabutihang-loob. Magkakaroon ito ng bunga ng katapatan. Dahil dito tatanggap sila ng mga gantimpala. Ibig sabihin, kung mamahalin ninyo ang mga kaluluwa nang may mabuting kalooban, aaliwin at palalakasin ang loob nila, bibigyan sila lakas at buhay, magmamana kayo ng lupain sa Langit.

Magbunga ng Kaamuan

Paano tayo magbubunga ng kaamuan? Pagyamanin sa kabutihan ang puso.

At nagsalita siya sa kanila ng maraming bagay sa pamamagitan ng mga talinhaga, na sinasabi: "Makinig kayo! Isang manghahasik ang humayo upang maghasik. Habang siya'y naghahasik, may mga binhing nahulog sa tabing daan; at dumating ang mga ibon at kinain nila ang mga ito. Ang iba naman ay nahulog sa batuhan na doo'y kakaunti ang lupa; at kaagad silang sumibol yamang hindi malalim ang lupa. Kaya't pagsikat ng araw, ang mga iyon ay natuyo at dahil sa walang ugat, ang mga iyon ay tuluyang nalanta. Ang iba naman ay nahulog sa tinikan. Lumaki ang mga tinik at sinakal ang mga iyon. Ang iba ay nahulog sa mabuting lupa, at namunga. Ang iba ay tig-iisang daan, ang iba ay animnapu, ang iba ay tatlumpu" (Mateo 13:3-8).

Sa mga talatang ito, initulad ang puso natin sa apat na klaseng lupa. Ito ay tabing daan, batuhan, tinikan, at mabuting lupa.

Dapat makalaya sa pagmamalinis at makasariling saloobin ang mga pusong itinulad sa tabing daan

Nilalakaran ng mga tao ang tabing daan kaya tumitigas ito. Hindi pwedeng taniman ang ganitong klaseng lupa. Hindi magkakaroon ng ugat ang mga binhi, tutukain ito ng mga ibon. Ang mga taong may pusong tulad nito ay matigas ang puso at kalooban. Hindi sila bukas sa katotohanan kaya hindi nila makakatagpo ang Diyos at wala silang pananampalataya.

Ang kaalaman at mga bagay na pinapahalagahan ay pinatatag nila, hindi nila matanggap ang Salita ng Diyos. Matatag ang paniniwala nila na sila ang tama. Para mapagtagumpayan nila ang pagmamalinis at sariling saloobin, unahin na nilang iwaksi ang kasamaan ng puso nila. Mahirap gawin ito kung mapagpalalo, mayabang, at naniniwala sila sa kasinungalingan. Magkakaroon ng makalaman na kaisipan ang isang tao dahil sa mga kasamaang ito. Mapipigilan silang magtiwala sa Salita ng Diyos.

Halimbawa, ang mga taong nag-iipon ng kasinungalingan sa

isipan nila ay mag-aalinlangan o magdududa kahit katotohanan ang sinasabi sa kanila. Sinasabi ng Mga Taga-Roma 8:7, *"Sapagkat ang kaisipan ng laman ay pagkapoot laban sa Diyos; sapagkat hindi ito napapasakop sa kautusan ng Diyos, ni hindi nga maaari."* Sinabi, hindi nila magawang magsabi ng 'Amen' sa Salita ng Diyos, ni hindi nila kayang sumunod dito.

May mga taong matigas ang puso at kalooban, pero sa sandaling tanggapin nila ang pagpapala, magbabago sila, magiging maalab ang pananampalataya nila. Matigas ang ulo nila pero malambot ang puso. Iba sa kanila ang mga taong initulad sa tabing daan dahil matigas ang kalooban ng mga ito. Ang puso o kalooban na matigas sa panlabas pero malambot sa loob ay parang manipis na yelo habang ang pusong katulad ng tabing daan ay parang tubig na nagyelo sa ilalim.

Dahil pinatigas na ng mga kasinungalingan at kasamaan ang mga pusong tulad ng tabing daan sa loob ng mahabang panahon, matatagalan bago ito mapagbago. Dapat paulit-ulit na gibain ito para hubugin. Sa tuwing hindi sang-ayon sa saloobin nila ang Salita ng Diyos, isipin nilang mabuti kung tama o hindi ang saloobin nila. At dapat silang mag-ipon ng mabubuting gawa para pagpalain sila ng Diyos.

Kung minsan, humihiling ng panalangin sa akin ang mga tao, gusto nilang magkaroon ng pananampalataya. Siyempre nakakalungkot isiping wala pa rin silang pananampalataya kahit marami na silang nakitang kapangyarihan ng Diyos at marami na silang narinig tungkol sa Salita Niya. Mas mabuti sana kung may sariling pagkukusa sila. Dapat ipanalangin at gabayan ng mga kapamilya at mga lider ng iglesya ang mga pusong tulad ng tabing daan, pero mas mabuting magkusa rin sila. Darating ang panahon na magkakaugat din ang binhi ng Salita sa puso nila.

Dapat magwaksi ng pagmamahal sa mundo ang pusong itinulad sa batuhan

Kung maghahasik kayo ng binhi sa mabatong lupa ito ay tutubo pero hindi gaanong lalaki dahil sa mga bato. Ganito rin ang pusong batuhan, babagsak sila kapag dumating ang mga pagsubok, pag-uusig at mga tukso.

Kapag tinanggap nila ang pagpapala ng Diyos, totoong nais nilang mabuhay ayon sa Salita Niya. Baka makaranas pa sila ng maalab na pagkilos ng Banal na Espiritu. Ibig sabihin, tumubo sa puso nila ang binhi ng Salita ng Diyos. Gayon pa man, pagkatapos nilang tanggapin ang pagpapalang ito, naglalaban ang saloobin nila kung dadalo sa iglesya sa susunod na Linggo o hindi. Totoong naranasan nila ang kapangyarihan ng Banal na Espiritu pero nagsimula silang magduda. Iniisip nila kung naging emosyonal sila dahil sa tuwa noong sandaling iyon. May mga saloobin silang nag-aalinlangan kaya sinasaraduhan muli nila ang kanilang puso.

Ang pagtatalo naman sa damdamin ng iba ay hindi nila matalikuran ang mga libangan at aliwan na kinasanayan nila. At hindi nila pinapanatiling banal ang Araw ng Panginoon. Titigil sila sa pagsisimba kapag inusig sila ng kanilang pamilya o ng mga boss nila sa trabaho habang nagsusulong sila ng buhay na puspos ng Espiritu at pananampalataya. Tumatanggap sila ng malalaking pagpapala at nagsusulong ng mainit na buhay bilang mananampalataya, pero kapag nagkaproblema sila sa ibang mananampalataya sa iglesya, masasaktan ang damdamin nila, iiwan na nila ang iglesya.

Ano ang dahilan kung bakit hindi nag-uugat ang Salita ng Diyos? Ito ay dahil sa mga 'bato' na nasa puso. Sinisimbulo ng mga 'bato' ang laman ng puso, at ang mga kasinungalinangang ito ang mga balakid sa pagsunod nila sa Salita. Sa napakaraming kasinungalingan, ang mga ito ang pinakamatigas, pinipigilan nila ang binhi ng Salita na tumubo at mag-ugat. Ang laman ng puso ang nagmamahal sa mundo.

Kung nagmamahal sila ng makamundong aliwan, nahihirapan silang sundin ang Salita na nagsasabi sa kanila na, "Panatilihing banal ang Araw ng Panginoon." At ang may bato ng kasakiman sa puso ay hindi nagsisimba dahil ayaw nilang magbigay ng ikapu at kaloob sa Diyos. May mga taong may bato ng galit sa puso, kaya hindi nag-uugat ang Salita ng pag-ibig.

May mga pusong bato din sa mga masipag dumalo sa iglesya. Halimbawa, kahit ipinanganak at pinalaki sila ng pamilyang Cristiano at natutuhan na nila ang Salita mula noong bata sila, hindi nila isinasabuhay ito. Naranasan nila ang Banal na Espiritu at kung minsan tumatanggap sila ng pagpapala, pero hindi nila iwinawaksi ang pagmamahal nila sa mundo. Habang pinapakinggan nila ang Salita, iniisip nilang magbagong buhay, pero pag-uwi nila, bumabalik sila sa kamunduhan. Nagsusulong sila ng buhay na nasa gitna ng isang pader, ang isang paa ay nasa panig ng Diyos at ang isa ay nasa panig ng mundo. Hindi nila iiwanan ang Diyos dahil sa Salita na narinig nila, pero napakaraming bato sa puso nila na pumipigil sa pagtubo ng ugat ng Salita ng Diyos.

May lupa din na hindi gaanong mabato. Halimbawa, may mga taong tapat, hindi nagbabago ng isip. Nagbubunga din sila. Pero may galit sa puso nila at may alitan sila sa ibang tao tungkol sa maraming bagay. Nanghuhusga din sila at nanghahatol, kaya nasisira ang kapayapaan saan man sila pumunta. Dahil dito, pagkatapos ng maraming taon, hindi nila ibinunga ang pag-ibig at kaamuan. Ang iba naman ay may maamo at mabuting puso, iniisip nila ang kapakanan at inuunawa nila ang ibang tao, pero hindi sila tapat. Hindi nila tinutupad ang mga ipinangako at iresponsable sila sa maraming paraan. Kaya dapat nilang punuan ang mga pagkukulang nila, linangin nila ang lupa ng puso nila para maging mabuting lupa.

Anong dapat nating gawin para bungkalin ang mabatong lupa?

Una, maging masigasig sa pagsunod sa Salita ng Diyos. May isang mananampalatayang nagsikap tuparin ang mga tungkulin niya bilang pagsunod sa Salita na nagsasabi maging tapat. Hindi madaling gawin ito, tulad ng inakala niya.

Noong miyembro pa lang siya sa iglesya, wala pa siyang tungkulin, pinaglilingkuran siya ng ibang miyembro. Pero ngayon, dahil may posisyon na siya, siya na ang naglilingkod sa mga miyembro. Kahit nagsisikap siya, may sama siya ng loob sa ibang miyembrong hindi sumasang-ayon sa mga paraan niya. Ang sama ng loob niya na nagmumula sa tampo at mainiting ulo ay nanggagaling sa puso niya. Unti-unting nawawala ang kapuspusan niya ng Espiritu. Iniisip din niyang magbitiw sa tungkulin.

Ang sama ng loob na ito ang dapat niyang iwaksi mula sa puso niya. Nagmumula sa malaking bato na tinatawag na 'poot' ang sama ng loob na ito. Kung susundin niya ang Salitang 'maging tapat', haharapin niya ang malaking batong 'poot.' Kapag nakita niya, dapat niyang labanan ang batong ito at iwaksi. Kapag nagawa niya ito, makakasunod na siya sa Salita na nagsasabing umibig at maging mapayapa. Hindi siya dapat sumuko kung nahihirapan siya, dapat niyang panghawakan ang tungkulin niya nang mas mahigpit at tuparin ito ng maalab. Kung gagawin niya ito, magiging lingkod siya na mahinahon.

Pangalawa, manalangin tayo ng maalab habang isinasabuhay ang Salita ng Diyos. Kapag umulan sa bukid, mababasa at lalambot ang lupa. Mabuting pagkakataon ito para tanggalin ang mga bato. Kung mananalangin tayo, mapupuspos tayo ng Espiritu, lalambot ang puso natin. Kapag puspos tayo ng Espiritu dahil sa pananalangin, huwag nating sayangin ang pagkakataong magtanggal ng mga bato. Magmadali tayo. Ibig sabihin, gawin natin ang mga bagay na hindi natin sinusunod noon. Kung paulit-ulit nating gagawin ito, kahit ang malalaking batong nasa ilalim ay matatanggal. Kapag tinanggap natin ang pagpapala at kalakasan na ibibigay ng Diyos mula sa Langit, at maging puspos tayo ng Espiritu, maiiwaksi natin ang mga kasalanan at kasamaan na hindi natin maiwaksi sa sariling lakas.

Ang matinik na lupa ay hindi namumunga dahil sa mga alalahanin sa mundo at pandaraya ng kayamanan

Kung maghahasik tayo ng binhi sa matinik na lugar, maaaring tumubo ito at lumago, pero dahil sa mga tinik, hindi ito mamumunga. Tulad nito, ang mga pusong tulad ng matinik na lupa ay nananampalataya at nagsisikap isabuhay ang Salita na ibinigay, pero hindi nila lubos na maisabuhay ito. Ito'y dahil sa mga alalahanin sa mundo at pandaraya ng kayamanan. Ito ay kasakiman para sa katanyagan, kasikatan, at kapangyarihan. Dahil dito, nabubuhay sila sa kahirapan at mga pagsubok. Ang mga taong tulad nito ay may mga alalahanin tungkol sa pisikal na mga bagay, tulad ng mga gawain sa bahay, negosyo, o trabaho kahit dumadalo sila sa iglesya. Dapat muli silang lumakas at mapanatag habang dumadalo ng pagsamba, pero lalong lumalala ang alalahanin nila at pagkabahala. Pero kahit dumalo sila ng maraming pagsamba sa iglesya, hindi nila tinatamasa ang tunay na kaligayahan at kapayapaan sa pananatiling banal ng araw ng Linggo. Kung totoong pinapanatili nilang banal ang araw ng Linggo, sasagana ang mga kaluluwa nila, tatanggap sila ng mga pagpapalang materyal at espirituwal. Pero hindi nangyayari ito, dapat nilang tanggalin ang mga tinik at isabuhay nang tama ang Salita ng Diyos para magkaroon sila ng pusong mabuting lupa.

Paano natin bubungkalin ang matinik na lupa?

Bunutin natin pati ang ugat nito. Sumisimbulo ng pag-iisip na makalaman ang mga tinik at ang mga ugat ay ang kasamaan at mga bagay na makalaman sa puso. Ibig sabihin, ang kasamaan at mga ugaling makalaman ay pinagmumulan ng pag-iisip na makalaman. Kung puputulin lang ang mga sanga mula sa mga halamang may tinik, tutubo ito ulit. Tulad nito, kahit magdesisyon tayong huwag mag-isip ng makalaman na bagay, hindi natin mapipigilan ito hanggang masama ang puso natin. Dapat nating bunutin pati ang ugat ng makalaman na puso. Kung bubunutin natin ang ugat na tinatawag na kasakiman at kayabangan, mababawasan ang pagiging makalaman ng puso.

Nakagapos tayo sa mundo at inaalala ang mga makamundong bagay dahil sakim tayo sa mga makalamang bagay. Pagkatapos, lagi nating iniisip kung ano ang pakikinabangan natin. Susundin natin ang sariling kagustuhan kahit sinasabi nating sumusunod tayo sa Salita ng Diyos. Hindi rin tayo lubos na makakasunod kung mayabang tayo. Ginagamit natin ang makalaman na karunungan at ang makalaman na saloobin natin dahil iniisip natin na kaya nating gumawa ng isang bagay. Samakatwid, bunutin muna natin ang mga ugat na tinatawag na kasakiman at kayabangan.

Magbungkal ng mabuting lupa

Kapag nagtanim ng binhi sa mabuting lupa tutubo ito at lalago para mamunga na higit sa 30, 60, o 100 beses ang dami. Ang mga pusong tulad nito ay hindi mapagmalinis at makasarili tulad ng mga pusong itinulad sa tabing-daan. Hindi sila mabato at wala silang mga tinik kaya sinusunod nila ang Salita ng Diyos ng 'Opo' at 'Amen.' Dahil masunurin sila, nagbubunga sila ng masagana.

Mahirap makita ang pagkakaiba ng tabing daan, mabato, matinik, at mabuting lupa ng puso ng tao na parang sinusuri natin ang mga ito nang may panukat. Maaaring may mga bato sa pusong tabing daan. May mga kasinungalingan din ang mabuting lupa na parang mga bato sa proseso ng paglago. Pero kahit na anong klaseng lupa ito, pwede natin itong gawing mabuti kung masigasig tayo sa pagbubungkal nito. Ang mahalaga ay kung gaano tayo kasipag sa pagbubungkal kahit na anong klaseng lupa ang puso natin.

Pwedeng bungkalin kahit ang magaspang at tuyong lupa para

maging mabuting lupa kung masipag ang isang magsasaka. Ang klase ng lupa ng puso ng tao ay magbabago sa pamamagitan ng kapangyarihan ng Diyos. Pwedeng bungkalin kahit ang matigas na puso tulad ng tabing-daan sa tulong ng Banal na Espiritu.

Siyempre, hindi nangangahulugan na kapag tinanggap ninyo ang Banal na Espiritu, bigla na lang kayong magbabago. Dapat din tayong magsikap. Manalangin tayo ng maalab, isipin ang katotohanan sa lahat ng bagay, at isabuhay ang katotohanan. Huwag tayong susuko sa pagsisikap pagkatapos ng ilang linggo o ilang buwan, magpatuloy tayo sa pagsisikap.

Tinitingnan ng Diyos ang pagsisikap natin bago Niya ibigay sa atin ang pagpapala at kapangyarihan Niya at ang tulong ng Banal na Espiritu. Kung aalalahanin natin ang dapat nating baguhin, at totoong magbabago sa pamamagitan ng kapangyarihan ng Diyos at tulong ng Banal na Espiritu, makikita ang kaibahan sa atin pagkalipas ng isang taon. Magiging mabuti ang pananalita natin ayon sa katotohanan, ang mga saloobin natin ay magiging mabubuting saloobin mula sa katotohanan.

Kung bubungkalin natin ang lupa ng puso natin para maging mabuting lupa, ibubunga natin ang iba pang bunga ng Banal na Espiritu. Partikular na ang kaamuan, malaki ang kaugnayan nito sa pagbubungkla ng lupa ng puso. Hangga't hindi natin binubunot ang iba't ibang klaseng kasinungalingan tulad ng init ng ulo, galit, inggit, kasakiman, pagaaway-away, pagmamalaki, at pagmamalinis, hindi tayo magiging maamo. Hindi mapapahinga ang ibang kaluluwa sa atin.

Dahil dito, ang kaamuan ay may malapit na kaugnayan sa kabanalan kaysa sa ibang mga bunga ng Banal na Espiritu. Tatanggapin natin agad kahit na anong hilingin natin sa panalangin tulad ng mabuting lupa na nagbubunga, kung huhubugin natin ang espirituwal na kaamuan. Maliwanag din nating maririnig ang tinig ng Banal na Espiritu, magagabayan Niya tayo sa daang masagana sa lahat ng bagay.

Mga biyaya para sa maamo

Hindi madaling magpatakbo ng isang kumpanya na may daan-daang empleyado. Kahit ibinoto kayo kaya naging lider kayo, hindi pa rin madaling maglider sa malaking grupo. Para magkaroon ng pagkakaisa ang maraming tao at maging tunay na lider sa kanila, dapat mapalapit sa kanya ang mga tao sa pamamagitan ng espirituwal na kaamuan.

Susundin ng mga tao ang makapangyarihan o ang mayayaman, na tumutulong sa mga nangangailangan dito sa mundo. May isang kasabihang Koreano, 'kapag namatay ang aso ng isang ministro, madaming nakikiramay, pero kapag namatay ang mismong ministro, walang nakikiramay.' Sinasabi nito na malalaman natin kung totoong mabuti ang kalooban ng isang tao kapag nawala na ang kapangyarihan at kayamanan niya. Kapag mayaman at makapangyarihan ang isang tao, sinusundan siya ng mga tao, pero mahirap makakita ng taong mananatili sa tabi ng taong iyon hanggang sa huli kahit wala na siyang kapangyarihan at kayamanan.

Pero sinusundan ng maraming tao ang mga banal at mayroong kabutihang-loob, kahit wala na siyang kapangyarihan at kayamanan. Susunod sila sa kanya hindi dahil sa kayamanan niya kundi dahil gusto nilang mapahinga sa piling niya.

Kahit sa isang iglesya, may mga lider na nagsasabing mahirap dahil hindi sila tumatanggap ng kakaunting miyembro sa maliit na grupo. Kung gusto nilang muling sumigla ang grupo nila, dapat nilang hubugin ang puso nila para maging maamo, malambot na parang bulak. Mapapahinga ang mga miyembro sa piling ng mga lider nila, nasisiyahan sa kapayapaan at kasiyahan, muli silang sisigla. Dapat maging maamo ang mga pastor at ministro. Kayang tumanggap ng maraming kaluluwa.

May mga biyayang ibinibigay sa mga maamo. Sinasabi sa Mateo 5:5, *"Mapapalad ang mga mapagpakumbaba, sapagkat mamanahin nila ang lupa."* Binanggit kanina, ang talatang ito ay hindi nangangahulugang magmamana tayo ng lupain sa mundong ito. Sa langit tayo tatanggap ng lupain ayon sa paghubog ng espirituwal na kaamuan sa puso natin. Tatanggap tayo sa Langit ng bahay na sapat ang kalakihan para maimbitahan natin ang mga kaluluwa na napanatag sa piling natin.

Kapag malaking bahay ang tinanggap natin sa Langit, ang ibig sabihin nito ay may marangal na posisyon din tayo. Hindi natin madadala sa Langit ang malaking lupain natin dito sa Mundo. Pero ang lupain na tatanggapin natin sa Langit sa paghubog ng maamong kalooban ay pamana sa atin na hindi mawawala magpakailanman. Tatamasahin natin ang walang hanggang kaligayahan kasama ang Panginoon at ang mga mahal natin sa buhay.

Kaya umaasa ako na magiging masigasig kayo sa paghubog ng puso ninyo para magbunga ito ng kaamuan para manahin ninyo ang malaking lupain sa kaharian ng langit tulad ni Moises.

1 Mga Taga-Corinto 9:25

"Ang bawat nakikipaglaban sa mga palaro ay nagpipigil sa sarili sa lahat ng mga bagay; ginagawa nila iyon upang sila ay makatanggap ng isang korona na may pagkasira, ngunit tayo'y sa walang pagkasira."

Kabanata 10

Pagpipigil sa Sarili

Kailangan ang pagpipigil sa sarili sa lahat ng aspeto ng buhay
Pagpipigil sa sarili, mahalaga para sa mga anak ng Diyos
Ginagawang perpekto ng pagpipigil sa sarili ang mga bunga ng Banal na Espiritu
Mga pagpapatunay na mayroong bunga ng pagpipigil sa sarili
Kung nais mong magbunga ng pagpipigil sa sarili

Pagpipigil sa Sarili

Ang marathon ay isang karera na may habang 42.195 kilometro (26 milya at 385 yarda). Dapat pangalagaan ng mga tumatakbo ang bilis nila para matapos nila ang karera. Mahaba ang itinatakbo ng karerang ito kaya hindi dapat palaging nagmamabilis. Dapat mapanatili nila ang bilis sa buong karera, at kapag nakarating sila sa tamang bahagi, buong lakas nilang bibilisan ang pagtakbo.

Pwedeng gamitin ang prinsipyong ito sa buhay natin. Dapat tayong manatiling tapat hanggang sa dulo ng karera ng pananampalataya at mapanalunan ang paglaban sa sarili para magtagumpay. Bukod dito, ang mga taong gustong tumanggap ng kahanga-hangang korona sa kaharian ng langit ay dapat mayroong pagpipigil sa sarili sa lahat ng bagay.

Kailangan ang pagpipigil sa sarili sa lahat ng aspeto ng buhay

Mapapansin natin na magulo at mahirap ang buhay ng mga taong walang pagpipigil sa sarili. Halimbawa, may iisang anak ang mag-asawa, sobra ang pagmamahal na ibinibigay nila sa anak nila, lalaking sunod sa layaw ang batang ito. At nasisira ang pamilya ng mga sugapa sa sugal at iba pang bisyo kahit alam nilang dapat nilang alagaan ang mga ito. Hindi nila kayang pigilan ang sarili. Sinasabi nila, "Huling beses ko nang gagawin ito." Pero ang huling beses na iyon ay paulit-ulit na mangyayari.

Sa isang sikat na nobela na may kinalaman sa kasaysayan ng China na may titulong Romance of the Three Kingdoms, ang karakter na si Zhang Fei ay puno ng pagmamahal at katapangan, pero mabilis siyang magalit at agresibo. Palaging nag-aalala ang mga kinakapatid niyang sina Liu Bei at Gwan Yu dahil baka bigla siyang magkamali. Marami ang nagpayo kay Zhang Fei pero hindi niya mabago ang ugali niya. Dahil sa init ng ulo niya, naharap siya sa isang kaguluhan. Binugbog at hinagupit niya ang dalawang tauhan niya na hindi sumunod sa inaasahan niya. Nagtanim ng galit sa kanya ang dalawang tauhang ito, pakiramdam nila mali ang akusasyon sa kanila at hindi sila dapat pinarusahan. Pinatay nila si Zhang Fei at sumuko sa kampo ng kalaban.

Tulad ng halimbawang ito, ang mga walang pagpipigil sa init ng ulo ay nakakasakit ng damdamin ng mga tao sa tahanan at lugar ng trabaho. Lagi silang nagkakaroon ng kaaway, kaya hindi sila nagkakaroon ng maayos na buhay. Aamin sa pagkakamali ang matatalinong tao, magtitiis sila kahit nakakagalit ang situwasyon. Kahit gumawa ng malaking pagkakamali ang iba, magpipigil sila ng galit, sisikapin nilang kausapin ang mga ito para mapanatag ang damdamin nila. Ang mga ganitong pagkilos ay matalino, kagigiliwan ng maraming tao. Magiging daan ito para managana ang buhay nila.

Pagpipigil sa sarili, mahalaga para sa mga anak ng Diyos

Ang pinakamahalaga, kailangan nating mga anak ng Diyos ng pagpipigil sa sarili para maiwaksi ang mga kasalanan natin. Mas mahirap magwaksi ng kasalanan kung kakaunti ang pagpipigil natin. Kapag pinapakinggan natin ang Salita ng Diyos, nagdedesisyon tayong magbago, pero tutuksuhin tayong muli ng mundo. Madaling makita ito sa mga salitang sasabihin natin. Maraming nananalangin para magmukhang banal at perpekto. Pero nakakalimutan nilang isabuhay ang idinadalangin nila, salita lang sila ng salita, at sinusunod ang mga bagay na nakasanayan na. May mga taong dumadaing at nagrereklamo kapag may pangyayaring nahihirapan silang intindihin at hindi sang-ayon sa pinaniniwalaan nila.

Pagkatapos nilang magreklamo, magsisisi at mahihiya, pero hindi nila mapigilan ang sarili kapag naantig na ang emosyon nila. At may mga taong napakadaldal, hindi nila mapigilang magsalita kapag nasimulan na nila. Hindi nila batid kung ano ang totoo o hindi, o ang mga bagay na dapat sabihin o hindi, kaya marami silang pagkakamali.

Makikita natin kung gaano kahalaga ang pagpipigil sa sarili sa aspeto ng pagpipigil sa pananalita.

Ginagawang perpekto ng pagpipigil sa sarili ang mga bunga ng Banal na Espiritu

Hindi lang tumutukoy sa pagpipigil ng sarili ang bunga ng Banal na Espiritu na pagpipigil sa paggawa ng kasalanan. Ito ay nangingibabaw sa iba pang bunga ng Banal na Espiritu para maging perpekto ang mga ito. Kaya sinabing pag-ibig ang unang bunga ng Banal na Espiritu at ang huli ay pagpipigil sa sarili. Hindi gaanong napapansin ang pagpipigil sa sarili bilang huling bunga pero napakahalaga nito. Ito ang nagsasaayos ng lahat para magkaroon ng katatagan, kaayusan, at katibayan ang lahat ng bunga. Huling binanggit ito dahil magiging perpekto ang ibang bunga sa pamamagitan nito.

Halimbawa, kahit may bunga tayo ng kagalakan, hindi natin pwedeng ipakita na nagagalak tayo kung kailan natin gusto. Kapag nakangiti kayo sa isang lamay sa patay, anong iisipin ng ibang tao? Hindi nila sasabihing nakangiti kayo dahil nagpapasalamat kayo sa bunga ng kagalakan. Kahit nagbibigay sa atin ng malaking kagalakan ang pagiging ligtas, ipakita natin ito sa tamang situwasyon o okasyon para maipakita nating ito ay totoong bunga ng Banal na Espiritu.

Mahalaga ring magkaroon ng pagpipigil sa sarili kapag tapat tayo sa Diyos. Lalong-lalo na kung marami kayong tungkulin. Dapat ninyong isaayos ang oras ninyo para nasa tamang lugar o panahon kayo kung kinakailangan. Kahit ang isang pagpupulong ay puno ng pagpapasalamat sa Diyos, tapusin ninyo ito kung kailangang tapusin. Kailangan ng pagpipigil sa sarili para maging tapat sa buong sambahayan ng Diyos.

Katulad nito ang iba pang bunga ng Banal na Espiritu tulad ng pag-ibig, awa, kabutihan, at iba pa. Kapag ang mga bunga na nasa puso ay ipinakita sa mga gawa, dapat nating sundin ang tinig at gabay ng Banal na Espiritu para hindi tayo magkamali. Tapusin natin ang mga dapat unahin, at isunod ang iba pa. Pag-isipan natin kung dapat tayong sumulong o umatras. Mababatid natin ito sa tulong ng bunga ng pagpipigil sa sarili.

Kung may isang taong mayroon ng lahat ng bunga ng Banal na Espiritu nangangahulugang sinusunod niya ang lahat ng hinahangad ng Banal na Espiritu sa lahat ng bagay. Para masunod ang hinahangad ng Banal na Espiritu sa perpektong paraan, kailangan natin ang bunga ng pagpipigil sa sarili. Ito ang dahilan kung bakit sinasabi nating makukumpleto ang lahat ng bunga ng Banal na Espiritu kung mayroon tayo nitong huling bunga, ang pagpipigil sa sarili.

Mga pagpapatunay na mayroong bunga ng pagpipigil sa sarili

Kapag ipinakita sa mga gawa ang ibang bunga ng Banal na Espiritu na nasa puso, ang bunga ng pagpipigil sa sarili ang magdedesisyon para magkaroon ng kaayusan. Kahit sa pagtanggap natin ng isang mabuting bagay sa Panginoon, hindi mabuti kung kukunin ninyong lahat. Sabihin nating ang isang bagay na sobra ay mas masahol pa sa isang bagay na kulang. Katulad din ng mga espirituwal na bagay, dapat maging mahinahon, sundin natin ang nais ng Banal na Espiritu.

Ipapaliwanag ko ng detalyado kung paano maipapakita ang bunga ng pagpipigil sa sarili:

Una, sundin natin ang ranggo o pagkakasunod-sunod ng pamumuno (hierarchy) sa lahat ng bagay

Kung nauunawaan natin kung saan tayo dapat lumugar, malalaman natin kung dapat tayong kumilos o maghintay, o kung magsasalita tayo tungkol sa isang bagay o hindi. Maiiwasan natin ang mga awayan, alitan, at hindi pagkakaunawaan sa paraang ito. Hindi tayo gagawa ng isang bagay na hindi nararapat at mga bagay na lampas sa limitasyon ng posisyon natin. Halimbawa, hiniling na gumawa ng isang bagay ng lider ng grupong para sa pagmimisyon ang tagapamahala. Maalab sa trabaho ang tagapamahalang ito. Inisip niya na mas mabuti ang ideya niya. Nagdesisyon siyang baguhin ang ibang bagay, tinapos niya ng maayos ang ipinagawa sa kanya. Kahit ginawa niya ang trabaho niya nang maalab, hindi siya naging masunurin dahil binago niya ang ibang bagay, wala siyang pagpipigil sa sarili.

Aangat tayo sa paningin ng Diyos kung susundin natin ang kaayusan ng ranggo ng bawat posisyon sa grupong para sa pagmimisyon ng iglesya tulad ng presidente, bise-presidente, tagapamahala, kalihim, o ingat-yaman. May ibang paraan sa paggawa ng mga bagay ang mga lider natin kumpara sa paraan natin. Kaya kahit mas maganda ang iniisip nating paraan at mas magkakaroon ng maraming bunga, hindi tayo magbubunga kung susuwayin natin ang kaayusan at sisirain ang kapayapaan. Manghihimasok si Satanas kapag nasira ang kapayapaan, maabala ang gawain ng Diyos. Hangga't hindi masama ang isang bagay, isipin natin ang kapakanan ng buong grupo. Isulong natin ang pagtaguyod ng kapayapaan, ayon sa ranggo o posisyon para maayos na matupad ang gawain.

Pangalawa, kahit mabuti ang gagawin, isipin muna ang nilalaman, tamang tiyempo, at tamang lugar

Halimbawa, mabuting bagay ang umiyak sa pagdulog sa pananalangin, pero kung iiyak kayo kahit saang lugar, mapapahiya ang Diyos. At kung nangangaral kayo ng ebanghelyo o dumadalaw sa mga miyembro para magbigay ng patnubay na espirituwal, isipin nating mabuti ang sasabihin natin. Kahit nauunawaan ninyo ang tungkol sa malalalim na espirituwal na bagay, hindi ninyo basta na lang ikakalat ang nalalaman ninyo sa lahat ng tao. Kung magsasalita kayo tungkol sa isang bagay na hindi angkop sa sukat ng pananampalataya ng makikinig, baka matisod siya o manghusga at manghatol. Kung minsan, ibabahagi ng isang tao ang patotoo niya o magbabalita siya ng mga nalalaman niya tungkol sa mga espirituwal na bagay sa isang taong maraming pinagkakaabalahan. Kahit malaman ang sinasabi niya, hindi ito magiging kapakipakinabang sa taong iyon kung hindi niya ibabalita sa tamang situwasyon. Kahit nadidinig ng taong ito ang sinasabi niya, hindi ito nakatuon sa pakikinig dahil abala ito sa ibang bagay. Magbibigay ako ng isa pang halimbawa, Habang nakikipagpulong sa akin ang isang buong parokya o isang malaking grupo para humingi ng payo, may isang taong nakikipagsabayan, ibinabahagi niya ang patotoo niya. Anong mangyayari sa pulong na iyon? Niluluwalhati ang Diyos ng taong iyon, puspos siya ng Espiritu at pagpapala. Pero inuubos niya ang oras na nakalaan para sa pagpupulong dahil sa ginagawa niya. Wala siyang pagpipigil sa sarili. Kahit napakabuti ng gagawin, dapat isipin muna ang bawat situwasyon, magpigil sa sarili.

Pangatlo, huwag mainip, huwag magmadali, maging kalmado para matugunan ng tama ang bawat situwasyon

Mainipin ang mga taong walang pagpipigil sa sarili, wala silang pakialam sa ibang tao. Dahil nagmamadali, wala silang pagkakataon para mag-isip ng tama, at may nakakalimutan silang mga mahalagang bagay. Mabilis silang humusga at humatol kaya hindi mapalagay ang ibang tao. Madalas magkamali ang mga mainipin kapag nakikinig at sumasagot. Huwag tayong sumabat kapag may ibang nagsasalita. Makinig muna hanggang sa matapos siya para mas maintindihan natin siya. Bukod dito, malalaman natin ang totoong intensyon niya, matutugunan natin ito ng tama.

Bago tanggapin ni Pedro ang Banal na Espiritu, wala siyang pasensya at hindi siya mahiyain. Sinikap niyang pigilan ang sarili sa harapan ni Jesus, pero kung minsan, lumalabas pa rin ang tunay na ugali niya. Nang sabihin ni Jesus kay Pedro na ikakaila Siya nito bago Siya ipako sa krus, agad nitong sinalungat si Jesus. Sinabi niya na hindi niya pwedeng ikaila si Jesus.

Kung mayroong bunga ng pagpipigil sa sarili si Pedro, hindi siya agad sumalungat kay Jesus, hahanap siya ng tamang pagtugon. Kung alam lang niyang si Jesus ay ang Anak ng Diyos at hindi ito magsasalita nang walang kabuluhan, isinaisip sana niya ang sinabi nito. Sana ay naging maingat siya para hindi ito nangyari. Ang tamang pagpapasiya na tumutulong sa atin sa pagtugon ng tama ay nagmumula sa pagpipigil sa sarili.

Ipinagmamalaki ng mga Judio ang kanilang lahi. Ipinagyayabang nila na mahigpit ang pagsunod nila sa Kautusan ng Diyos. At dahil pinagsabihan ni Jesus ang mga Fariseo at Saduceo, mga lider ng relihiyon at pulitika, hindi nila nagustuhan si Jesus. Lalong-lalo na nang sabihin ni Jesus na Siya ang Anak ng Diyos, sinabi nilang kalapastanganan ito. Noong panahong iyon, malapit na ang Pista ng Tabernakulo. Sa panahon ng tag-ani, nagtatayo sila ng mga tolda para gunitain ang Exodo at magpasalamat sa Diyos. Maraming pumupunta sa Jerusalem para makipagdiwang sa pistang ito.

Pero hindi pumunta si Jesus sa Jerusalem kahit malapit na ang Pista. Pinilit Siya ng mga kapatid Niya na pumunta para magpakita ng mga himala, at magpakilala para makakuha ng suporta mula sa mga tao (Juan 7:3-5). Sinabi nila, *"Sapagkat walang taong nagnanais makilala ang gumagawa ng anumang bagay na lihim"* (t. 4). Kahit may kabuluhan ang isang bagay, wala itong kinalaman sa Diyos kung hindi ito sang-ayon sa kalooban Niya. Dahil sa sarili nilang saloobin, inisip nilang mali ang paghihintay ni Jesus sa oras Niya nang tahimik.

Kung walang pagpipigil sa sarili si Jesus, pumunta na Siya agad sa Jerusalem para magpakilala. Pero hindi Siya nabahala sa mga sinabi ng mga kapatid Niya. Naghintay Siya sa tamang panahon para maipahayag ang kalooban ng Diyos. At pagkatapos, pag-alis ng mga kapatid Niya, tahimik Siyang tumungo sa Jerusalem nang walang nakapansin. Sumunod Siya sa kalooban ng Diyos, batid kung kailan kikilos at kung ano ang sasabihin.

Kung nais mong magbunga ng pagpipigil sa sarili

Kapag kausap natin ang ibang tao, iba ang sinasabi nila sa totoong nararamdaman nila. May mga naglalabas ng mga pagkakasala ng ibang tao para pagtakpan ang sarili nilang kasalanan. Maaaring humiling sila ng isang bagay para mapagbigyan ang sariling kasakiman pero ginagawa nila ito sa paraang parang ibang tao ang may kahilingan. Nagtatanong sila kung paano malalaman ang kalooban ng Diyos, pero sa totoo lang, gusto nilang marinig ang kasagutang sang-ayon sa kagustuhan nila. Kung kakausapin ninyo sila nang mahinahon, lalabas ang tunay na damdamin nila.

Ang mga taong may pagpipigil sa sarili ay hindi madaling matinag sa sasabihin ng ibang tao. Mahinahon nilang papakinggan ang ibang tao at malalaman kung ano ang totoo sa tulong ng Banal na Espiritu. Kung sasagot sila at magpapasiya nang may pagpipigil sa sarili, maiiwasan nilang magkamali dahil sa mga maling desisyon. Magkakaroon ng kapangyarihan at awtoridad ang mga salita nila, mas makikinig sa kanila ang ibang tao. Paano natin ibubunga ang napakahalagang pagpipigil sa sarili?

Una, dapat magkaroon tayo ng pusong hindi nagbabago

Dapat tayong maghubog ng tapat na puso na walang kasinungalingan at pandaraya. Kaya magkakaroon tayo ng kapangyarihan para magawa ang gusto nating gawin. Hindi madaling humubog ng ganitong klaseng puso sa isang gabi. Dapat tayong magpatuloy sa pagsasanay, simulan natin sa pagsunod ng puso sa maliliit na bagay.

May isang maestro at kanyang mga estudyante. Isang araw, dumaan sila sa isang pamilihan. Nagkaroon sila ng hindi pagkakaunawaan sa mga nagtitinda, inaway sila ng mga ito. Nagalit ang mga estudyante, nakipag-away sila, pero kalmado lang ang maestro. Pagbalik nila mula sa pamilihan, may inilabas siyang isang bungkos ng mga sulat mula sa kabinet. Laman ng mga sulat ang mga puna sa kanya na walang basehan. Ipinabasa niya ito sa kanyang mga estudyante.

Pagkatapos, sinabi niya, "Hindi ko maiiwasang hindi ako maintidihan ng ibang tao, pero wala akong pakialam. Hindi ko maiwasang magkamali sa unang pagkakataon, pero kamangmangan kung ulitin ko pa ito." Ang binabanggit na unang pagkakamali dito ay maging paksa ng maling tsismis, ang pangalawang pagkakamali ay mabalisa at makipag-away dahil sa mga ganitong tsismis.

Kung matutularan natin ang kaloobAN ng maestrong ito, hindi tayo matitinag ng kahit na anong situwasyon. Maiingatan natin ang damdamin natin at magiging mapayapa ang buhay natin. Mapipigil ng mga nag-iingat sa damdamin nila ang mga lahat ng bagay. Kung maiwawaksi natin ang lahat ng klaseng kasamaan tulad ng galit, inggit, at selos, pagtitiwalaan at mamahalin tayo ng Diyos.

Malaking tulong sa akin ang mga bagay na itinuro sa akin ng mga magulang ko noong bata pa ako sa ministeryo ko bilang isang pastor. Habang tinuturuan ako ng tamang pananalita, paglalakad, at tamang asal at ugali, natuto akong mag-ingat ng damdamin at magpigil sa sarili. Sa sandaling magdesisyon tayo huwag na natin itong baguhin para masunod ang sariling pakinabang. Kung masasanay tayo sa ugaling ito, magkakaroon tayo ng pusong hindi pabago-bago. Magkakaroon tayong ng kapangyarihang magpigil sa sarili.

Susunod, magsanay tayong makinig sa hinahangad ng Banal na Espiritu, huwag unahin ang sariling opinyon

Habang pinag-aaralan natin ang Salita ng Diyos, ipinaparinig sa atin ng Banal na Espiritu ang tinig Niya sa Salitang natutuhan natin. Kahit inakusahan tayo ng mali, sasabihin sa atin ng Banal na Espiritu na magpatawad at magmahal. Iisipin natin, 'Malamang may dahilan ang taong ito kaya ginagawa niya ito. Sisikapin kong ipaintindi sa kanya, magpapaliwanag ako sa mahinahong paraan.' Pero kung ang puso natin ay puno ng kasamaan, maririnig natin ang tinig ni Satanas. 'Kung pababayaan ko siya sa ginagawa niya, palagi niya akong mamaliitin. Gagantihan ko siya.' Kahit marinig natin ang tinig ng Banal na Espiritu sa pagkakataong ito, masyadong mahina ito kumpara sa napakalakas na masasamang saloobin.

Samakatwid, maririnig natin ang tinig ng Banal na Espiritu kung masigasig tayong magwawaksi ng mga kasinungalingan at pananatilihin ang Salita ng Diyos sa ating puso. Mas maririnig natin ang tinig ng Banal na Espiritu habang sumusunod tayo kahit sa mahinang tinig Niya. Pagsikapan nating pakinggan ang tinig ng Banal na Espiritu una sa lahat sa halip na unahin ang mga bagay na iniisip nating mahalaga at mabuti. At kapag narinig natin ito at tanggapin ang pakiusap Niya, dapat tayong sumunod, kumilos tayo. Habang nagsasanay tayo na tumuon at sumunod sa mga hangarin ng Banal na Espiritu sa lahat ng oras, makikilala na natin ito, kahit mahinang tinig lang ito. Maisasaayos ang lahat ng bagay para sa atin.

Kung titingnan, parang ang pagpipigil sa sarili ang pinakahindi prominenteng katangian sa siyam na bunga ng Banal na Espiritu. Pero kinakailangan ito sa lahat ng aspeto ng iba't ibang bunga. Ang pagpipigil sa sarili ang may kapangyarihan sa iba pang bunga ng Banal na Espiritu: pag-ibig, kagalakan, kapayapaan, pagtitiis, kagandahang-loob, kabutihan, katapatan, at kaamuan. Bukod dito, ang lahat ng walong bunga ay makukumpleto kung may pagpipigil sa sarili. Dahil dito, ang huling bunga ang pinakamahalaga.

Ang bawat isang bunga ng Banal na Espiritu ay mas mahalaga pa sa mga hiyas dito sa mundo. Tatanggapin natin ang lahat ng hihilingin natin sa panalangin at magiging mabuti ang lahat ng bagay para sa atin kung magkakaroon tayo ng mga bunga ng Banal na Espiritu. Maipapahayag din natin ang kaluwalhatian ng Diyos kung ipapakita natin ang lakas at kapangyarihan ng Liwanag sa mundong ito. Umaasa ako na hahangarin ninyo na makamit ang mga bunga ng Banal na Espiritu nang higit pa sa kahit na anong hiyas dito sa mundo.

Galacia 5:22-23

"Subalit ang bunga ng Espiritu ay pag-ibig, kagalakan, kapayapaan, pagtitiyaga, kagandahang-loob, kabutihan, katapatan, kaamuan, at pagpipigil sa sarili. Laban sa mga ito ay walang kautusan."

Kabanata 11

Laban sa mga Ito ay Walang Kautusan

Dahil tinawag kayo para sa kalayaan

Mabuhay ayon sa gabay ng Espiritu

Pag-ibig ang unang bunga

Laban sa mga ito ay walang kautusan

Laban sa mga Ito ay Walang Kautusan

Si apostol Pablo ay Judio ng mga Judio, patungo siya sa Damasco para hulihin ang mga Cristiano. Habang nasa daan, nakatagpo niya ang Panginoon, nagsisi siya. Noong panahong iyon, hindi niya alam ang tungkol sa katotohanan ng ebanghelyo na nagsasabing maliligtas ang isang tao sa pamamagitan ng pananampalataya kay Jesu-Cristo. Pero pagkatapos niyang tanggapin ang handog ng Banal na Espiritu, nanguna siya sa pagbabahagi ng Ebanghelyo sa mga Hentil sa tulong nito.

Ang siyam na bunga ng Espiritu ay nakasulat sa kabanata 5 ng aklat ng Galacia na isinulat ni Pablo. Kung naiintindihan natin ang situwasyon noong panahong iyon, malalaman natin kung bakit isinulat ni Pablo ang Galacia at kung gaano kahalaga para sa mga Cristianong magkaroon ng bunga ng Espiritu.

Dahil tinawag kayo para sa kalayaan

Sa kauna-unahang biyahe niya para magmisyon, nagpunta si Pablo sa Galacia. Sa sinagoga, hindi niya ipinangaral ang tungkol sa Kautusan ni Moises at pagtuli, tanging ang ebanghelyo ni Jesu-Cristo ang itinuro niya. Ang mga sinabi niya ay pinatunayan ng mga sumunod na tanda, maraming naligtas. Mahal na mahal siya ng mga mananampalataya sa Galacia, at kung pwede lang, dudukutin nila ang mga mata nila para ibigay ito kay Pablo.

Nang matapos ang unang biyahe niya para sa misyon, bumalik siya sa Antioquia. Nagkaroon ng problema sa iglesya. May mga taong nagmula sa Judea, itinuro nila sa mga Hentil na dapat silang magpatuli para maligtas. Nakipagtalo at nakipagdebate sina Pablo at Bernabe sa kanila.

Nagpasiya ang kapatiran na dapat pumunta sa Jerusalem sina Pablo, Bernabe, at iba pa para makipagpulong sa mga apostol at mga elder tungkol sa problema. Gusto nilang magkaroon ng desisyon tungkol sa Kautusan ni Moises habang ipinapangaral ang ebanghelyo sa mga Hentil sa iglesya ng Antioquia at Galacia.

Ipinapakita sa Ang Mga Gawa kabanata 15 ang situwasyon bago at pagkatapos ng Pagpupulong sa Jerusalem. Mula dito masasabi natin kung gaano kalala ng situwasyon noong panahong iyon. Nagkaroon ng mainit na pagtatalo ang mga apostol, bilang mga disipulo ni Jesus at ang mga elder at mga kinatawan ng iglesya. Nagpasiya sila na dapat ihinto at iwasan ng mga Hentil ang mga bagay na inihandog sa mga diyus-diyosan, ang pakikiapid, sa mga binigti, at sa dugo.

Nagpadala sila ng mga tao sa Antioquia para ihatid ang sulat tungkol sa desisyon ng kapulungan. Ang Antioquia ay lugar kung saan ipinapangaral ang ebanghelyo ng mga Hentil. Binigyan nila ng kalayaan ang mga Hentil na sundin ang Kautusan ni Moises dahil napakahirap para sa kanila na sundin ang Kautusan tulad ng mga Judio. Sa pamamagitan nito, kahit na sinong Hentil ay maliligtas kung magtitiwala sila kay Jesu-Cristo.

Sinasabi ng Ang Mga Gawa 15:28-29, *"Sapagkat minabuti ng Espiritu Santo at namin na huwag kayong pagpasanin ng higit na mabigat na pasanin maliban sa mga bagay na ito na kailangan: na kayo'y umiwas sa mga bagay na inihandog sa mga diyus-diyosan, sa dugo, sa mga binigti, at sa pakikiapid. Kung kayo'y iiwas sa mga bagay na ito ay ikabubuti ninyo. Paalam."*

Ang desisyon ng Pagpupulong sa Jerusalem ay inihatid sa mga iglesya. Pero ang mga hindi nakakaintindi sa katotohanan ng ebanghelyo at sa daan patungo sa krus ay nanatiling itinuturo sa mga iglesya na dapat sundin ng mga mananampalataya ang Kautusan ni Moises. May mga bulaang propetang pumasok sa iglesya, ginulo nila ang mga mananampalataya, pinulaan nila si apostol Pablo na hindi nagtuturo ng Kautusan.

Nang maganap ang insidenteng ito sa iglesya sa Galacia, ipinaliwanag ni apostol Pablo ang tungkol sa tunay na kalayaan ng mga Cristiano sa sulat niya. Sinabi niyang mahigpit ang pagsunod niya sa Kautusan ni Moises noon, pero naging apostol para sa mga Hentil pagkatapos makatagpo ang Panginoon. Itinuro niya ang katotohanan ng ebanghelyo, sinabing, *"Ang tanging bagay na gusto kong matutuhan mula sa inyo ay ito: Tinanggap ba ninyo ang Espiritu sa pamamagitan ng mga gawa ng kautusan, o sa pamamagitan ng pakikinig sa pananampalataya? Napakahangal ba ninyo? Nagpasimula kayo sa Espiritu, ngayon ba'y nagtatapos kayo sa laman? Inyo bang naranasan ang maraming bagay na walang kabuluhan? – kung tunay nga na ito ay walang kabuluhan. Ang Diyos ba ay nagbibigay sa inyo ng Espiritu at gumagawa ng mga himala sa gitna ninyo sa pamamagitan ng inyong pagtupad sa mga gawa ng kautusan, o sa pakikinig sa pananampalataya?"* (Galacia 3:2-5).

Iginiit niya na totoo ang ebanghelyo ni Jesu-Cristo na itinuturo niya dahil pahayag ito mula sa Diyos. Ito ang dahilan kung bakit hindi na kailangan ng mga Hentil na tuliin ang laman dahil mas mahalagang tuliin ang puso (linisin ang puso). Itinuro din niya sa kanila ang tungkol sa mga pagnanasa ng laman at ng Banal na Espiritu, at tungkol sa mga gawa ng laman, at mga bunga ng Banal na Espiritu. Ito ay para ipaintindi sa kanila kung paano nila gagamitin ang kalayaan na nakamit nila dahil sa katotohanan ng ebanghelyo.

Mabuhay ayon sa gabay ng Espiritu

Ano ang dahilan kung bakit ibinigay ng Diyos ang kautusan ni Moises? Ito ay sapagkat napakasama ng mga tao at hindi nila ipinapalagay na kasalanan ang kasalanan. Ipinaintindi sa kanila ng Diyos ang tungkol sa mga kasalanan at kung paano malulutas ang problemang ito para abutin ang kabanalan ng Diyos. Pero hindi malulutas ng kautusan ang problema tungkol sa kasalanan. Dahil dito, niloob ng Diyos na maabot ng tao ang kabanalan Niya sa pamamagitan ng pananampalataya kay Jesu-Cristo. Mababasa sa Galacia 3:13-14, *"Tinubos tayo ni Cristo mula sa sumpa ng kautusan nang Siya'y naging sumpa para sa atin – sapagkat nasusulat, 'Sumpain ang bawat binibitay sa punungkahoy.' Upang kay Cristo Jesus ang pagpapala ni Abraham ay dumating sa mga Hentil, upang ating tanggapin ang pangako ng Espiritu sa pamamagitan ng pananampalataya."*

Pero hindi nangangahulugang pinawalang-bisa ang Kautusan. Sinabi ni Jesus sa Mateo 5:17, *"Huwag ninyong isiping pumarito Ako upang sirain ang kautusan o ang mga propeta; pumarito ako hindi upang sirain, kundi upang tuparin ang mga ito"* at sa talata 20, *"Sapagkat sinasabi Ko sa inyo, malibang humigit ang inyong katuwiran sa katuwiran ng mga eskriba at mga Fariseo, ay hindi kayo makakapasok sa kaharian ng langit."*

Sinabi ni apostol Pablo sa mga mananampalataya sa iglesya sa Galacia, *"Minamahal kong mga anak, na para sa inyo ay muli akong nakakaranas ng hirap ng panganganak hanggang si*

Cristo ay mabuo sa inyo" (Galacia 4:19). At sa bandang huli, pinayuhan niya sila, *"Sapagkat kayo, mga kapatid, ay tinawag sa kalayaan; subalit huwag lamang ninyong gagamitin ang inyong kalayaan bilang isang kadahilanan para sa laman, kundi sa pamamagitan ng pag-ibig ay maging alipin kayo ng isa't isa. Sapagkat ang buong kautusan ay natutupad sa isang pangungusap, 'Ibigin mo ang iyong kapwa na gaya ng inyong sarili.' Ngunit kung kayo-kayo ang nagkakagatan at nagsasakmalan, mag-ingat kayo, ba kayo'y magkaubusan"* (Galacia 5:13-15).

Tinanggap natin ang Banal na Espiritu bilang mga anak ng Diyos, anong dapat nating gawin para mapaglingkuran ang isa't isa sa pamamagitan ng pag-ibig hanggang mabuo sa atin si Cristo? Dapat tayong lumakad kasama ng Banal na Espiritu para hindi natin isagawa ang pagnanasa ng laman. Mamahalin natin ang kapwa natin at matutularan si Cristo kung magkakaroon tayo ng siyam na bunga ng Banal na Espiritu sa tulong ng patnubay Niya.

Tinaggap ni Jesus ang sumpa ng Kautusan at namatay Siya sa krus kahit Siya ay walang kasalanan, at dahil sa Kanya nakamit natin ang kalayaan. Para hindi tayo muling maging alipin ng kasalanan, dapat tayong magkaroon ng mga bunga ng Espiritu.

Kapag nagkasala tayong muli kahit malaya na tayo, at ipakong muli ang Panginoon dahil sa mga gawa ng laman, hindi natin mamanahin ang kaharian ng Diyos. Pero,magkakaroon tayo ng bunga ng Espiritu kung mamumuhay tayo ayon sa gabay ng Espiritu, iingatan tayo ng Diyos para hindi tayo saktan ng kaaway na diyablo at Satanas. Bukod dito, tatanggapin natin kahit na anong hilingin natin sa panalangin.

"Mga minamahal, kung tayo'y hindi hinahatulan ng ating puso, tayo ay may kapanatagan sa harapan ng Diyos; at anumang ating hingin ay tinatanggap natin mula sa Kanya, sapagkat tinutupad natin ang Kanyang mga utos at ginagawa natin ang mga bagay na kalugod-lugod sa Kanyang harapan. At ito ang Kanyang utos, na manampalataya tayo sa pangalan ng Kanyang Anak na si Jesu-Cristo, at tayo'y mag-ibigan sa isa't isa ayon sa ibinigay Niyang utos sa atin" (1 Juan 3:21-23).

"Alam natin na ang sinumang ipinanganak ng Diyos ay hindi patuloy na nagkakasala; subalit ang ipinanganak ng Diyos ay nag-iingat sa kanyang sarili, at hindi siya ginagalaw ng masama" (1 Juan 5:18).

Magkakaroon tayo ng bunga ng Espiritu at tatamasa ng tunay na kalayaan bilang mga Cristiano kung mayroon tayong pananampalatayang mabuhay ayon sa Espiritu at pag-ibig.

Pag-ibig ang unang bunga

Ang una sa siyam na bunga ng Espiritu ay pag-ibig. Ang pag-ibig na binabanggit sa 1 Mga Taga-Corinto 13 ay humuhubog ng espirituwal na pag-ibig at ang pag-ibig na tinutukoy na bunga ng Espiritu ay nasa mas mataas na antas; ito ay walang limitasyon at walang katapusan, tutuparin nito ang Kautusan. Ito ay pag-ibig ng Diyos at ni Jesu-Cristo. Kung mayroon tayong ganitong klaseng pag-ibig, pwedeng maging ganap ang pagsasakripisyo natin sa tulong ng Banal na Espiritu.

Ibubunga natin ang kagalakan kung huhubugin natin ang pag-ibig na ito, para magalak tayo sa kahit na anong situwasyon. Hindi tayo magkakaproblema kahit kanino, kaya ibubunga natin ang kapayapaan.

Habang pinapanatili natin ang kapayapaan sa Diyos, sa sarili, at sa ibang tao, natural lang na magbubunga tayo ng pagtitiis. Ang pagtitiis na nais ng Diyos mula sa atin ay ang ganap na kabutihan at katotohanan ng kalooban natin, hindi na kailangang magtiis. Kung may tunay na pagmamahal tayo tatanggapin at mamahalin natin kahit anong klaseng tao, walang galit sa puso. Hindi na kailangang magpatawad o magtiis ang kalooban.

Kapag mapagtiis at mabuti tayo sa ibang tao, mabubunga tayo ng awa kahit sa mga taong hindi natin maunawaan. Kahit gumawa sila ng mga bagay na hindi normal, iintindihin natin ang kalagayan nila para matanggap natin sila.

Ang mga nagbubunga ng awa ay may bunga ng kabutihan. Ipapalagay nilang higit na mabuti ang ibang tao kaysa sa kanila at iisipin nila ang kapakanan ng ibang tao at ng sarili. Hindi sila nakikipag-away kahit kanino, ni hindi nagtataas ng boses. Ang puso nila ay tulad ng sa Panginoon, hindi babaliin ang tambong nasugatan ni papatayin ang nagbabagang mitsa. Kung nagbunga kayo ng kabutihan hindi ninyo ipipilit ang opinyon ninyo. Magiging tapat kayo sa buong sambahayan ng Diyos, magiging maamo kayo.

Hindi matitisod ang kahit sino sa mga taong maamo. Maypayapa sila sa lahat ng tao. Mayroon silang kabutihang-loob, hindi sila nanghuhusga o nanghahatol, inuunawa at tinatanggap nila ang ibang tao.

Para magkatulungan at maging epektibo ang mga bunga ng pag-ibig, kagalakan, kapayapaan, pagtitiis, awa, kabutihan, katapatan, at kaamuan, dapat mayroong pagpipigil sa sarili. Mabuti ang kasaganahan sa Diyos, pero dapat tuparin ang gawain Niya, sumusunod sa pamunuan. Kailangan nating magpigil sa sarili para hindi tayo lumampas sa limitasyon, kahit mabuti ang ating gagawin. Habang sinusunod natin ang kalooban ng Banal na Espiritu, isasaayos ng Diyos ang lahat ng bagay para sa kabutihan ng lahat.

Laban sa mga Ito ay walang kautusan

Pinapatnubayan ang mga anak ng Diyos ng Banal na Espiritu, ang Mang-aaliw, sa katotohanan para tamasahin nila ang tunay na kalayaan at kaligayahan. Ang tunay na kalayaan ay kaligtasan mula sa mga kasalanan at kapangyarihan ni Satanas na sinisikap na pigilan tayo sa paglilingkod sa Diyos at pagiging masaya sa buhay. Ito rin ay kagalakan na nakukuha sa pakikisama sa Diyos.

Nakasulat sa Mga Taga-Roma 8:2, *"Sapagkat ang kautusan ng Espiritu ng buhay na na kay Cristo Jesus ay nagpalaya sa atin mula sa kautusan ng kasalanan at ng kamatayan,"* ito ang kalayaang makakamit kung maniniwala tayo kay Jesu-Cristo mula sa puso at mabuhay sa Liwanag. Hindi makukuha ng kapangyarihan ng tao ang kalayaang ito. Hindi ito makakamit kung walang pagpapala mula sa Diyos. Ito ay biyayang tatamasahin natin habang nananampalataya tayo.

Sinabi ni Jesus sa Juan 8:32, *"At inyong malalaman ang*

katotohanan, at ang katotohanan ang magpapalaya sa inyo." Ang katotohanan ay kalayaan, hindi ito nagbabago. Ito ay nagiging buhay para sa atin, at dinadala tayo nito sa buhay na walang hanggan. Walang totoo dito sa maglalaho at mamamatay na mundo. Ang katotohanan lang ay ang hindi nagbabagong Salita ng Diyos. Ang kaalaman tungkol sa katotohanan ay matutuhan ang Salita ng Diyos, tandaan ninyo ito, at isabuhay.

Pero hindi madaling isabuhay ang katotohanan. May kasinungalingang natutuhan ang mga tao bago pa nila makatagpo ang Diyos, pinipigilan sila ng mga kasinungalingang ito sa pagsasabuhay ng katotohanan. Maglalaban ang kautusan ng laman na nagnanais sumunod sa kasinungalingan at ang kautusan ng Espiritu ng buhay na nagnanais sumunod sa katotohanan (Galacia 5:17). Ang labanang ito ay para maging malaya ang katotohanan. Magpapatuloy ang labanang ito hanggang maging matatag ang pananampalataya natin at nakatayo tayo sa bato ng pananampalataya na hindi matitinag.

Habang nakatayo tayo sa bato ng pananampalataya, mas madaling lumaban ng mabuting pakikipaglaban. Kapag naiwaksi na natin ang lahat ng kasamaan at maging banal, panahon na para tamasahin natin ang kalayaan ng katotohanan. Hindi na natin kailangang lumaban ng mabuting pakikipaglaban dahil tanging katotohanan lang ang isasabuhay natin sa lahat ng sandali. Kung magkakaroon tayo ng bunga ng Banal na Espiritu sa ilalim ng gabay Niya, walang makakapigil sa atin para makamit ang kalayaan ng katotohanan.

Ito ang dahilan kung bakit mababasa natin sa Galacia 5:18, *"Subalit kung kayo'y pinapatnubayan ng Espiritu, kayo ay wala sa ilalim ng kautusan,"* at sa sumunod na talatang 22-23, *"Subalit ang bunga ng Espiritu ay pag-ibig, kagalakan, kapayapaan, pagtitiyaga, kagandahang-loob, kabutihan, katapatan, kaamuan, at pagpipigil sa sarili. Laban sa mga ito ay walang kautusan."*

Ang mensahe tungkol sa siyam na bunga ng Banal na Espiritu ay parang susi na magbubukas ng pintuan para sa mga biyaya. Pero hindi kusang magbubukas ang pintuan ng mga biyaya dahil hawak ninyo ang susi. Ipasok natin ang susi sa kandado para bumukas, parang ganito rin ang Salita ng Diyos. Kahit gaano natin pakinggan, hindi ito mapapasa atin. Tatanggapin natin ang mga biyaya na nakasulat sa Salita ng Diyos kung ito ay isasabuhay natin.

Sinasabi ng Mateo 7:21, *"Hindi lahat ng nagsasabi sa Akin, 'Panginoon, Panginoon', ay papasok sa kaharian ng langit, kundi ang gumaganap ng kalooban ng Aking Ama na nasa langit."* Sinasabi ng Santiago 1:25, *"Ngunit ang tumitingin sa sakdal na kautusan, ang kautusan ng kalayaan, at nananatili na hindi tagapakinig na malilimutin, kundi tagatupad na gumagawa, siya ay pagpapalain sa kanyang gawain."*

Para tanggapin ang pag-ibig at biyaya ng Diyos, mahalagang maintindihan kung ano ang mga bunga ng Espiritu, isaisip ang mga ito, at ibunga ang mga ito sa pamamagitan ng pagsasabuhay ng Salita ng Diyos. Kung lubos nating ibubunga ang mga bunga ng Espiritu sa lubos na pagsasabuhay ng katotohanan, tatamasahin natin ang tunay na kalayaan sa katotohanan. Maliwanag nating maririnig ang tinig ng Banal na Espiritu, papatnubayan tayo sa lahat ng ating gagawin para maging mabuti ang lahat ng bagay para sa atin sa lahat ng aspeto. Idinadalangin ko sa pangalan ng Panginoon na makamit ninyo ang dakilang karangalan dito sa lupa at sa

Bagong Jerusalem, ang huling hantungan ng ating pananampalataya.

Ang May-Akda:
Dr. Jaerock Lee

Si Dr. Jaerock Lee ay ipinanganak sa Muan, Jeonnam Province, Republika ng Korea, noong 1943. Sa kanyang taong mga dalawampu, si Dr. Lee ay nagdusa mula sa iba't ibang sakit na walang kalunasan sa loob ng pitong taon at naghihintay ng kamatayan na walang pag-asang gagaling pa. Isang araw noong pabahon ng tag-sibol 1974, manapa, siya ay sinamahan sa isang simbahan ng kanyang kapatid na babae at nang siya ay lumuhod na upang manalangin, ang Buhay na Diyos ay kagyat na pinagaling siya sa lahat ng kanyang mga sakit.

Mula ng sandaling makatagpo ni Dr. Lee ang buhay na Diyos sa pamamagitan ng napaka-gandang karanasan, minahal niya ang Diyos ng buong puso at sinseridad, at noong 1978 siya ay tinawag na maging lingkod ng Diyos. Siya ay mataimtim na nanalangin ng sa gayon kanyang maliwanag na maunawaan ang kalooban ng Diyos, buong-buo na itinaguyod ito at sinunod ang lahat ang mga Salita ng Diyos. Noong 1982, pinasimulan niya ang Manmin Central Church sa Seoul, Korea, at ang napakaraming mga gawa ng Diyos, kasama na ang mga mahimalang pagpapa-galing at mga himala, ay nangyari sa kanyang simbahan.

Noong 1986, si Dr. Lee ay na-ordinahan bilang pastor sa taunang pagtitipon ng Assembly of Jesus' Sungkyul Church sa Korea, at apat na taon ang lumipas noong 1990, ang kanyang mga mensahe ay nagsimulang maisahimpapawid sa Australia, Russia, sa Pilipinas, at sa marami pa sa pamamagitan ng Far East Broadcasting Company, ang Asia Broadcast Station, at sa Washington Christian Radio System.

Tatlong taon pa ang lumipas noong 1993, ang Manmin Central Church ay piniling isa sa mga 50 Nangungunang Simbahan sa Mundo, mula sa *Christian World* magazine (US) at tinanggap niya ang Parangal bilang Doctor of Divinity mula sa Christian Faith College, Florida, USA at noong 1996 isang Ph.D. sa Ministeryo mula sa Kingsway Theological Seminary, Iowa, USA.

Mula 1993, si Dr. Lee ang siyang nanguna sa pandaigdigang pagmimisyon sa pamamagitan ng mga krusada sa ibayong dagat sa; Tanzania, Argentina, L.A., Baltimore City, Hawaii, at New York ng Estados Unidos, Uganda, Japan, Pakistan, Kenya, ang Pilipinas, Honduras, India, Russia, Germany, Peru, Democratic Republic of Congo, at Israel. Noong 2002 siya ay tinawag na "pandaigdigang pastor" ng mga pangunahing Pahayagang Krisitiyano sa Korea para sa kanyang mga gawa sa iba't ibang bansa Malakihang Nagkakaisang Krusada.

Nitong Hulyo 2018, ang Manmin Central Church ay may bilang ng kaanib na 130,000 miyembro. Mayroong mga 11,000 sangay sa sariling Bansa at sa ibayong Dagat sa iba't ibang panig ng mundo, at sa kasalukuyan mayroong mahigit 102 misyonero ay naipadala na sa 23 mga bansa, kabilang na ang Estados Unidos, Russia, Germany, Canada, Japan, China, France, India, Kenya at sa marami pa.

Sa petsa ng paglalathala ng Taga-paglimbag nito, si Dr. Lee ay nakasulat na ng 111 na mga aklat, kabilang na ang pinakamabiling aklat ang Malasahan ang *Walang Hanggang Buhay bago ang Kamatayan, Buhay Ko, Pananalig Ko I & II, Ang Mensahe ng Krus, Ang Sukat ng Pananampalataya, Langit I & II, Impiyerno at Ang Kapangyarihan ng Diyos*. Ang kanyang mga aklat ay isinalin na sa mahigit na 76 na wika.

Ang kanyang Kristiyanong lathala ay nakikita sa *Ang Hankook Iibo, Ang JoongAng Daily, Ang Dong-A Iibo, Ang Chosun Ilbo, Ang Seoul Shinmun, Ang Kyunghyang Shinmun, Ang Korean Economic Daily, Ang Shisa News*, at *Ang Christian Press*.

Si Dr. Lee ang kasalukuyang pinuno ng maraming samahang pang-misyonero at mga asosasyon; kasama na ang pagiging Chairman, The United Holiness Church of Jesus Christ, Presidente, Chairman, Global Christian Network (GCN); Tagapag-tatag at Punong kinatawan, World Christian Doctors Network (WCDN); at Tagapag-tatag & punong kinatawan, Manmin International Seminary (MIS).

Iba pang makapangyarihang mga aklat ni Dr. Lee:

Langit I & II

Detalyadong paglalarawan ng napakaringal na tahanan na matatamasa ng mga tao sa langit at ang napakagandang mga antas ng kaharian ng langit.

Ang Mensahe ng Krus

Makapangyarihang mensahe para sa lahat ng taong espirituwal na natutulog! Sa aklat na ito makikita ang dahilan kung bakit si Jesus ang tanging Tagapagligtas at ang tunay na pag-ibig ng Diyos.

Impierno

Isang madamdaming mensahe sa lahat ng nilalang mula sa Diyos, na may kahilingang wala sanang mapahamak na kaluluwa patungo sa kalaliman ng Impierno! Iyong madidiskubre ang hindi pa naihahayag na nakaraan na talaan ng nakapangingilabaot na katotohanan ng Mababang Libingan at Impierno.

Ang Sukat ng Pananampalataya

Anong uri ng tahanan, korona at mga gantimpala ang nakalaan sa iyo sa langit? Ang aklat na ito ay nagbibigay ng karunungan at gabay sa iyo para sukatin ang iyong pananalig at pagyamanin ang pinakamabuti at pinakaganap na pananalig.

Gumising Israel

Bakit nananatiling nakatuon ang Paningin ng Diyos sa Israel mula pa nang simula ng mundo hanggang sa araw na ito? Anong uring Probidensya mayroon Siya na inihanda para sa Israel sa huling araw, na naghihintay sa Mesias?

Buhay Ko, Pananalig Ko I & II

Napakabangong espirituwal na samyo na kinatas sa buhay na umusbong sa walang kaparis na pagmamahal para sa Diyos, sa gitna ng madidilim na alon, malamig na pamatok at ang pinakamalalim na desperasyon.

Ang Kapangyarihan ng Diyos

Ang higit na binabasa na nagsisilbing gabay na kung saan ang isa ay makapang-hahawak ng tunay na pananampalataya at maranasan ang kahanga-hangang kapangyarihan ng Diyos.

www.urimbooks.com

www.ingramcontent.com/pod-product-compliance
Lightning Source LLC
LaVergne TN
LVHW041803060526
838201LV00046B/1107